அள்ள அள்
பங்குச்
ஃபியூச்சர்ஸ் அ

ஆசிரியரின் பிற நூல்கள்

பங்குச்சந்தை

1. அள்ள அள்ளப் பணம் 1 - *பங்குச்சந்தை: அடிப்படைகள்*
2. அள்ள அள்ளப் பணம் 2 - *பங்குச்சந்தை: அனாலிசிஸ்*
3. அள்ள அள்ளப் பணம் 3 - *பங்குச்சந்தை: ஃபியூச்சர்ஸ் அண்ட் ஆப்ஷன்ஸ்*
4. அள்ள அள்ளப் பணம் 4 - *பங்குச்சந்தை: போர்ட்ஃபோலியோ முதலீடுகள்*
5. அள்ள அள்ளப் பணம் 5 - *பங்குச்சந்தை: டிரேடிங்*

வியாபாரம்

1. *நம்பர் 1 சேல்ஸ்மேன் (சிறந்த விற்பனையாளர் ஆவது எப்படி?)*
2. *பணமே ஓடி வா!*
3. *பணம் - சந்தேகங்கள், விளக்கங்கள் (FAQs)*

நிர்வாகம்

1. *ஆளப்பிறந்தவர் நீங்கள் (தலைமைப் பண்புகள்)*
2. *காலம் உங்கள் காலடியில் (நேர நிர்வாகம்)*
3. *எல்லோரும் வல்லவரே*
4. *உலகம் உன் வசம் (கம்யூனிகேஷன்)*
5. *உறுதி மட்டுமே வேண்டும் (கமிட்மெண்ட்)*
6. *உறவுகள் மேம்பட (Secrets of Managing People)*
7. *சிறந்த நிர்வாகி ஆவது எப்படி?*
8. *தங்கத் துகள்கள் (காலம் உங்கள் காலடியில் - 2)*

சுயமுன்னேற்றம்

1. *இட்லியாக இருங்கள் (எமோஷனல் இண்டலிஜென்ஸ்)*
2. *டீன் தரிகிட (பதின் பருவத்தினருக்கு)*
3. *அதிகாரம் அல்ல, அன்பு (சுயமுன்னேற்றக் கட்டுரைகள்)*
4. *மன அழுத்தம் விரட்டலாமா (மாணவர்களுக்கு -யுனெஸ்கோவுக்காக)*
5. *உஷார் உள்ளே பார் (மனமும் சக்தியும்)*
6. *ஆல் தி பெஸ்ட் ! (நேர்முகங்களில் வெற்றி பெறுவது எப்படி?)*
7. *தள்ளு (மோட்டிவேஷன்)*
8. *சின்னத் தூண்டில் பெரிய மீன்*
9. *சிறு துளி பெரும் பணம்*
10. *சொல்லாததையும் செய்!*

உறவுகள்

1. *காதலில் இருந்து திருமணம் வரை*
2. *அப்பா மகன் - நெருக்கமும் நெருடல்களும்*

அள்ள அள்ளப் பணம் 3

பங்குச்சந்தை
ஃபியூச்சர்ஸ் அண்ட் ஆப்ஷன்ஸ்

சோம. வள்ளியப்பன்

அள்ள அள்ளப் பணம் 3 - *பங்குச்சந்தை:* ஃபியூச்சர்ஸ் அண்ட் ஆப்ஷன்ஸ்
Alla Alla Panam 3 - **Panguchanthai: Futures and Options**
Soma. Valliappan ©

First Edition: December 2007
Second Edition: May 2012
Third Edition: May 2016
160 Pages
Printed in India.

ISBN: 978-81-8368-581-8
Title No: Kizhakku 283

Kizhakku Pathippagam
177/103, First Floor,
Ambal's Building, Lloyds Road
Royapettah, Chennai 600 014.
Ph: +91-44-4200-9603

Email : support@nhm.in
Website : www.nhm.in

Author's Email :   baluvalliappan1@yahoo.co.in,
                   baluvalliappan5@gmail.com
Author's Website : www.writersomavalliappan.com

Kizhakku Pathippagam is an imprint of New Horizon Media Private Limited

ஓர் அவசியமான முன்குறிப்பு

இந்தப் புத்தகம் ஃபியூச்சர்ஸ் அண்ட் ஆப்ஷன்ஸ் பற்றி அறிந்து கொள்ள உதவும் வகையில் மட்டுமே எழுதப்பட்டுள்ளது. ஃபியூச்சர்ஸ் சந்தையில் எவற்றில் முதலீடு செய்ய வேண்டும் என்ற எந்த அறிவுரையும் இந்தப் புத்தகத்தில் கொடுக்கப்படவில்லை. ஃபியூச்சர்ஸ் அண்ட் ஆப்ஷன்ஸில் முதலீடு செய்வதா, வேண்டாமா, எவற்றை வாங்குவது, விற்பது ஆகியவை முழுவதுமாக உங்கள் முடிவாகும்.

ஃபியூச்சர்ஸ் அண்ட் ஆப்ஷன்ஸ் வர்த்தகத்தில் ஈடுபடுவதாலோ அல்லது வேறெந்த முதலீடுகளில் ஈடுபடுவதாலோ உங்களுக்கு ஏற்படும் நட்டங்களுக்கோ, இழப்புகளுக்கோ பதிப்பாளரோ, ஆசிரியரோ எந்த விதத்திலும் பொறுப்பேற்க மாட்டார்கள்.

DISCLAIMER

This book is only meant to help you learn about Futures & Options and how it works. Specifically nothing in this book should be construed as investment advice of any kind. You are solely responsible for your decision to invest in the stock or futures market or buy or sell any specific shares or futures contract or options contract.

The Publisher and the Author accept no liability for any losses or damages of any kind that may result from your investments in the stock market, mutual funds, futures market or elsewhere.

உள்ளே

முன்னுரை

பணத்தை பெருக்க எத்தனையோ வழிகள் இருக்கின்றன. அவற்றில் பங்குச்சந்தையில் செய்யப்படும் முதலீடும் ஒன்று. இதற்கு முதலாவதாகத் தேவைப்படுவது பணம் என்கிற 'முதல்'. வெறும் கையால் இங்கே முழம் போட முடியாது.

அதே சமயம் பணம் இருந்துவிட்டால் மட்டுமே போதாது. இன்று எவரிடம்தான் பணம் இல்லை என்று கேட்கும் அளவு பணம் பரவலாகியுள்ளது. தவிர, கடன்கள் சுலபமாகக் கிடைக் கின்றன.

பணம் தவிர, பங்குச்சந்தையில் பங்குபெற, சம்பாதிக்க, வேறு இரண்டு முக்கிய தேவைகளும் உள்ளன. ஒன்று பங்குச்சந்தை பற்றிய தகவல். என்ன? எது? எவ்வளவு? போன்ற விவரங்கள்.

மற்றொன்று சரியான முடிவுகள் எடுக்கும் திறன். கூடவே சரியான முடிவுகள் எடுப்பதற்கு உதவும் பதறாத, பயப்படாத, பேராசைப்படாத மனமும்.

இவையெல்லாம் இருந்துவிட்டால், வானமேதான் எல்லை. பலரும் உயர உயரப் போய்க்கொண்டே இருக்கிறார்கள்.

பணமும் முடிவெடுக்கும் திறனும் அவரவரே சமாளிக்க வேண்டியவை. விவரம் தெரிந்துகொள்வதற்குத்தான் உதவி தேவைப்படும்.

அதைச் செய்வதுதான் இந்தப் புத்தகத்தின் நோக்கம்.

பங்குச்சந்தை என்பதே எல்லோராலும் புரிந்துகொண்டுவிட முடியாத ஒரு புதிர் என்கிற நிலை தற்சமயம் மாறிவிட்டது. பலருக்கும் இப்போது பங்குச்சந்தை என்றால் என்ன, அங்கே என்ன நடக்கிறது, அதில் நாமும் எப்படிப் பங்கு பெறலாம் என்பன தெரிந்துவிட்டன (அள்ள அள்ளப் பணம்-1). கணிசமான வர்கள் பங்கெடுக்கவும் ஆரம்பித்துவிட்டார்கள்.

அடுத்து, 'அங்கே வல்லுனர்கள் என்ன செய்கிறார்கள்? அவர்களின் அணுகுமுறை என்ன? அவர்கள் பயன்படுத்தும் வழிமுறைகள் (ஃபண்டமெண்டல் அனாலிசிஸ், டெக்னிக்கல் அனாலிசிஸ்) எவை?' போன்றவை பற்றியும் ஓரளவு தெரிந்து கொண்டாகிவிட்டது (அள்ள அள்ளப் பணம்-2).

'அடுத்து? இன்னும் என்ன என்னவெல்லாம் அங்கே நடக்கின்றன? அவற்றைப் பற்றியும் தெரிந்தாக வேண்டும்' என்று கேட்கிற வாசகர்களுக்கான புத்தகம்தான் இது. 'அள்ள அள்ளப் பணம்' வரிசையில் மூன்றாம் பாகம்.

அதே பங்குச்சந்தைதான். முன் பார்த்த அதே அணுகுமுறைகள் தான். ஆனால், வாங்கி விற்கும் பொருள் புதிது. முறைகள் புதிது. அதனால் தேவைப்படும் திறன்களும் புதிது.

பங்குச்சந்தையில்தான் எத்தனை வகையான பொருள்கள் (Products) இருக்கின்றன! செய்யும் முறைகளிலும்தான் எவ்வளவு விதங்கள் இருக்கின்றன!

பெரும்பாலானவர்களுக்கு பங்குச்சந்தை என்பது, பங்குகளைப் பணம் கொடுத்து, வாங்கி வைத்திருந்து, லாபம் பார்த்து விற்பது. அவ்வளவுதான். இவையெல்லாம் Cash Market Transactions மற்றும் Delivery Based Transactions என்று அழைக்கப்படுகின்றன.

ஆனால் பங்குச்சந்தையில் இவற்றைத் தவிரவும் இன்னும் பல மாயாஜாலாங்கள் இருக்கின்றன. F&O என்று அழைக்கப்படும் இரட்டையர்கள். ஃபியூச்சர்ஸ் என்று ஒரு பொருள் (Product). ஆப்ஷன் என்று மற்றொரு பொருள் (Product).

இவற்றின் குணங்கள், இவற்றைச் செய்வதற்கான வழிமுறைகள், சாதாரணப் பங்குகளை வாங்கி விற்பதிலிருந்து முற்றிலும் வேறுபட்டவை. இவை தரும் வாய்ப்புகளும் அனுபவங்களும் வித்தியாசமானவை.

F&O-வில் (கேஷ் மார்க்கெட் போன்றே) நாம் நினைக்கும் நிறுவனங்களின் பங்குகளை வாங்கலாம், விற்கலாம். அது மட்டுமல்ல. இப்படித் தனிப்பட்ட நிறுவனப் பங்குகளைத்தான் வாங்க வேண்டும், விற்க வேண்டும் என்பதில்லை.

பலவகைப் பழங்களும் கலந்திருக்கும் ஃப்ரூட் சாலட் போல, பல பங்குகளையும் தன்னகத்தே கொண்ட பங்குச்சந்தைக்

குறியீட்டையே - அதாவது, Nifty, Sensex குறியீட்டு எண்களையே - மக்கள் வாங்கி விற்கட்டுமே என்று யோசித்து, அவற்றையும், எவரும் வாங்கி, விற்கக்கூடிய ஒரு பொருளாக (Trading Product) ஆக்கி வைத்திருக்கிறார்கள். அவைதான் Index Futures & Options.

இவையெல்லாம் போக, ETF எனப்படும் 'எக்சேஞ்ச் டிரேடட் ஃபண்ட்ஸ்' என்று மற்றொரு வாங்கி விற்கக்கூடிய சுவாரஸ்ய மான பொருளும் (Product) பங்குச்சந்தையில் இருக்கிறது.

புதியதாக, சிலவற்றைத் தெரிந்துகொண்டால், அவற்றைக் கட்டாயம் செய்ய வேண்டும் என்றோ, பழையதை (கேஷ் மார்க் கெட்டை) விட்டுவிட வேண்டும் என்றோ யோசிக்காதீர்கள்.

ஒவ்வொன்றுக்கும் ஒவ்வொரு பயன் இருக்கிறது. ஒன்று கார் என்றால், மற்றொன்று லாரி, இன்னொன்று டிராக்டர். நம் தேவையைப் பொறுத்து அவற்றைப் பயன்படுத்துவதுதான் புத்திசாலித்தனம்.

எவை எவை, எப்படியெல்லாம் வேலை செய்யும் என்பதை இந்தப் புத்தகம் விளக்கும். எதை, எங்கே, எப்படிப் பயன்படுத்து வது என்பது வழக்கம்போல உங்கள் முடிவுதான். உங்களது முடிவு மட்டும்தான்.

அள்ள அள்ளப் பணம் - 3 என்கிற இந்த அடுத்த கட்டப் புத்தகம் ஃபியூச்சர்ஸ், ஆப்ஷன்ஸ், இண்டெக்ஸ் ஃபியூச்சர்ஸ், ஆப்ஷன்ஸ், மற்றும் ETF கோல்ட் பீஸ் போன்ற பல புதிய பணம் செய்யும் முறைகளை அறிமுகப்படுத்துகிறது, விளக்குகிறது.

சாமர்த்தியமாகப் பயன்படுத்தி வெற்றி பெற, நிறைய செல்வம் சேர்க்க மனமார்ந்த வாழ்த்துக்கள்.

சோம. வள்ளியப்பன்
சென்னை 18.

இரண்டாம் பதிப்புக்கான முன்னுரை

2007ல் அஅப-3 F & O எழுதினேன். அப்போது பெரும் பாலானவர்கள் செய்துகொண்டிருந்தது கேஷ் மார்கெட்தான். சிலர்தான் பியூச்சர்ஸில் வர்த்தகம் செய்துகொண்டிருந்தார்கள். ஓரிரு ஆண்டுகளில் நிலைமை மாறியது. கேஷ் மார்கெட் வால்யூம் குறைந்து பியூச்சர்ஸ் அதிகமாகியது. அடுத்தடுத்த ஆண்டுகளில் மேலும் மாற்றம். மேல் நோக்கிய மாற்றம். தற்போது 2012ல் கேஷ் மார்க்கெட் மிகவும் குறைந்துபோய், இரண்டாம் இடத்தில் பியூச்சர்ஸூம் எல்லாவற்றையும்விட கூடுதலாக வர்த்தகமாகும் தொகையில் முதலிடத்தில் ஆப்ஷன்ஸூம் நடந்துகொண்டிருக்கிறது.

நிலைமையில் இவ்வளவு முன்னேற்றம் வந்துவிட, இன்னமும் அடிப்படைகளைத் தெரிவிக்கும் அஅப புத்தகங்கள் தேவையா என்கிற கேள்வி என் மனத்தில் எழுந்தது.

அதற்கான விடையை சமீபத்தில் கிடைத்த இரண்டு அனுபவங்கள் கொடுத்தன. முதலாவது அனுபவம் ஒரு காப்பீட்டு நிறுவனம் முகவர்களுக்கு நடத்திய கூட்டத்தில் கிடைத்தது.

சென்னை தேனாம்பேட்டை காமராஜர் ஹாலில் அந்தக் கூட்டம் நடந்தது. 700 க்கும் மேற்பட்டவர்கள் கூடியிருந்தார்கள். என்னைச் சிறப்பு விருந்தினராக அழைத்திருந்தார்கள். உள்ளே சென்றபோது முகவர்கள் பலரும் இயல்பாக எழுந்து வணக்கம் சொன்னார்கள். எல்லாம் அள்ள அள்ள பணம் புத்தகங்கள் செய்து கொடுத்திருக்கும் அறிமுகம் என்று நினைத்துக்கொண்டேன்.

மேடைக்குச் சென்று அமர்ந்தேன். அருகில் அமர்ந்திருந்தவர்கள் எவரையும் நான் முன்னதாக சந்தித்ததில்லை. அவர்கள் எல்லாம் காப்பீட்டு நிறுவனத்தின் உயர் அதிகாரிகள். சிலர் வடநாட்டவர்கள். அருகில் அமர்ந்திருந்தவர்களுடன் அதிகம் பேசமுடியவில்லை.

அதுவரை பேசியவர்கள் ஆங்கிலமும் தமிழும் கலந்து அவர்களுடைய புதிய காப்பீடு திட்டங்கள் பற்றிப் பேசினர். பின்பு பேச வந்தவர் அந்த நிறுவனத்தின் பயிற்சி கல்லூரி முதல்வர். தொடக்கத்திலேயே வழக்குத் தமிழில் பேச்சைத் தொடங்கிய அவர், என்னைக் காட்டி, திரு சோம. வள்ளியப்பனுக்கு நன்றி என்று சொல்லிவிட்டு நிறுத்தினார். நான் உட்பட் எல்லோருமே ஆச்சரியமாகப் பார்த்தோம்.

அவர் MBA படிப்பில் சேர்ந்தாராம். அதில் ஒரு தாள், டிரைவேடிவ்ஸ் பற்றியதாம். அதற்கான புத்தகங்களைப் படித்த போது புரிந்துகொள்ள சிரமமாக இருந்துள்ளது. பின் அவர் அள்ள அள்ளப் பணம் *3* - F & O படித்தாராம் (கையோடு கொண்டு வந்திருந்த புத்தகத்தை உயர்த்தி மக்களுக்குக் காட்டினார்.) அதன் பின் டிரைவேடிவ்ஸ் தாளுக்கான புத்தகத்தைப் படித்திருக்கிறார். புரிந்திருக்கிறது. நல்ல மதிப்பெண்கள் பெற்றுத் தேறியிருக்கிறார். எல்லோரும் தவறாமல் வாங்குங்கள் என்று பரிந்துரை செய்தார்.

அடுத்த அனுபவம் இன்னும் சமீபத்தியது. மார்ச் 2012ல் கிடைத்தது. சென்னையில் இயங்கும் பங்கு வர்த்தக நிறுவனம் ஒன்றின் உரிமையாளர் அவர். வயது 70. எவர் சொல்லியோ என்னவோ, ஒரு நாள் காலை நடைபயிற்சியின் போது, ‘அள்ள அள்ள பணம் - 3 புத்தகம் ஒன்று தரமுடியுமா?’ என்று கேட்டார். கொடுத்தேன். படித்துவிட்டு மூன்று நாட்களில் திருப்பிக் கொடுத்தார். ‘புரியும்படி எழுதியிருக்கிறீர்கள். தேங்க்ஸ்’ என்றார்.

இதுதான் என் நோக்கமும். F & O புரியவேண்டும். புரியும் விதம் எழுதவேண்டும். அவ்வளவுதான்.

இரண்டு அனுபங்களும் கொடுத்த ஊக்கத்தினால், 2007ல் எழுதிய புத்தகத்தினை முழுவதும் திருந்தினேன். உதாரணங்கள் சிலவற்றை மாற்றினேன். பங்கு விலைகளை மாற்ற வேண்டி வந்தது. நவியா நிறுவனத்தில் என்னுடன் பணிபுரிந்த திரு எல். இராமநாதன் உதவி செய்தார். அவருக்கு என் நன்றிகள்.

பல அமைப்புகளில் இருந்தும் அள்ள அள்ளப் பணம் என்கிற தலைப்பிலேயே பேச அழைக்கும் வாசக நண்பர்களுக்கும் நன்றிகள்.

வாழ்த்துகளுடன்

சோம. வள்ளியப்பன்

14.04.2012

1

வேகத்துக்கு F&O

சின்னப்பிள்ளையாக இருக்கும் போது, 'நாமும் எப்போதடா பெரியவர்களைப் போல சைக்கிள் விடக் கற்றுக்கொள்ள முடியும்?' என்று ஏக்கமாக இருக்கும். பின் அதுவே அடக்க முடியாத ஆவலாக மாறும். சைக்கிள் விடப் பழகியதும் அடுத்து ஸ்கூட்டர், பைக் போன்ற வண்டிகளை ஓட்டிப் பார்க்கவும் ஆசை வரும்.

ஓட்டக் கற்றுக்கொண்டுவிட்டு, கொஞ்ச நாள் போனதும், மற்றவர்கள் எப்படி ஓட்டுகிறார்கள் என்று பார்க்கத் தோன்றும். தெருவில் போகும்போதும் வரும்போதும், வேகமாக ஓட்டு பவர்களை கவனிக்கத் தோன்றும். ஆசைகள் இத்தோடு நிற்காது. அடுத்தபடியாக இன்னொரு ஆசையும் வரும். நாமும் வண்டியை வேகமாக ஓட்டினால் என்ன? என்கிற ஆவல் பிறக்கும்.

கூடவே, கைவிட்டுவிட்டு ஓட்டுவது, வேகமாகப் போய் 'கட்' அடிப்பது போன்றவற்றில் எல்லாம் ஸ்கூட்டர், பைக் ஓட்டும் சில பையன்களுக்கு (ஏன் சில பெண்களுக்கும்கூட!) ஒரு 'கிக்'.

பங்குச்சந்தை பற்றி ஏதும் தெரியாமல் இருப்பதும், அதன் பிறகு கற்றுக் கொண்டு ஏதாகிலும் கொஞ்சம் செய்வதும், அடுத்து, அதிகப் பணத்தினை அதில் இறக்கி கூடுதல் பணத்தினை வேகமாகச் சம்பாதிக்க நினைப்பதும்கூட முன் பார்த்ததைப் போன்றதேதான்.

ஒன்றைச் செய்யக் கற்றுக்கொண்டதும், வெற்றிகரமாகச் செய்யப் பழகியதும், அடுத்த கட்டத்துக்குப் போகும் ஆசை வருவது இயல்புதான். ஆசை மட்டுமல்ல. துணிச்சல் வருவதும் இயற்கையே.

பைக்கில் கைவிட்டுவிட்டு ஓட்டுவதற்கு இணையாக பங்குச் சந்தையில் எதைச் சொல்லலாம்? F&O என்று அழைக்கப்படும் Futures and Options-ஐச் சொல்லலாம்.

ஃபியூச்சர்ஸ் அண்டு ஆப்ஷன்ஸ். பங்குச்சந்தையில் இருப்பவர் களின் பேச்சில் சரளமாக அடிபடும் வார்த்தை இது. இதனைச் சுருக்கமாக எப்அண்ட்ஓ (F&O) என்பார்கள். இவை ஒன்றல்ல, இரண்டு வார்த்தைகள். விஷயங்களும் இரண்டுதான்.

இரண்டையும் தனித்தனியாகவே பார்க்கலாம்.

நம் நாட்டுப் பங்குச்சந்தைகளில் தற்சமயம் முதலாவதான ஃபியூச்சர்ஸ்தான் பிரபலம். ஆப்ஷன்ஸ் செய்பவர்கள் குறைவு தான். பார்க்கப் போனால், உலகின் முக்கியமான பல பங்குச் சந்தைகளில் நடப்பதைக் காட்டிலும் நம் நாட்டில்தான் ஃபியூச் சர்ஸ் மிக அதிகமாகப் பரிவர்த்தனை ஆவதாகத் தகவல். ஆனால், அந்த அளவுக்கு ஆப்ஷன்ஸ் மீது நம் முதலீட்டாளர் களுக்கு நாட்டமில்லை.

இந்தியாவில், பிப்ரவரி 2007 வரை தேசியப் பங்குச்சந்தையில் மட்டும்தான் F&O இருந்தது. அதன்பின்னர்தான் மும்பை பங்குச் சந்தையிலும் இது அறிமுகமானது. நாம் இந்தப் புத்தகத்தில் தேசியப் பங்குச்சந்தையின் ஃபியூச்சர்ஸ் பற்றி மட்டுமே பார்க்கப் போகிறோம்.

மரம் செடி கொடி

நம் கையில் ஐம்பதாயிரம் ரூபாய் பணம் இருக்கிறது. பங்குச் சந்தையில் அதனை முதலீடு செய்து பணம் சம்பாதிக்க விரும்பு கிறோம். என்ன செய்யலாம்? எப்படியெல்லாம் செய்யலாம்?

மொத்தம் மூன்று வழிகள் இருக்கின்றன.

கையில் இருக்கும் பணத்துக்கு நல்ல பங்குகளாகப் பார்த்து வாங்கிவிடலாம். உதாரணத்துக்கு, அன்றைய நிலவரப்படி இன்போசிஸ் பங்கு ஒன்றின் விலை ரூ.1000 என்று இருந்தால் 50 பங்குகள் வாங்கலாம். அல்லது TCS பங்கு ஒன்றில் விலை 2000 என்று இருந்தால் 25 பங்குகள் வாங்கலாம். வாங்கிவிட்டு, அவற்றின் விலை உயர்வதற்காகக் காத்திருக்கலாம்.

இதுபோல செய்வதை, மரம் வைத்துப் பலன்பெறுவதுடன் ஒப்பிடலாம். இப்படி இந்தப் பங்குகளை ஒன்றிரண்டு வருடங் களுக்கு முன் வாங்கியவர்களுக்கு, அந்தப் பங்குகள் அள்ளிக் கொடுத்திருக்கின்றன. காய்த்துத் தள்ளியிருக்கின்றன.

அவற்றைப் போல, இப்படி அள்ளிக் கொடுத்த பங்குகள் இன்னும் எத்தனையோ இருக்கின்றன. அது இருக்கட்டும். இப்படி 'இன்வெஸ்ட்மெண்ட்' செய்வதற்காக, கையில் இருக் கும் ஐம்பதாயிரம் ரூபாயைப் பங்குச்சந்தையில் போடலாம். முதலீடு செய்துவிட்டு, அதனைப் பல வருடங்களுக்கு விட்டு விடலாம். இடையில் பங்குச்சந்தை ஏறுகிறதா, இறங்குகிறதா என்றெல்லாம் பார்க்கவும் வேண்டாம்; கவலைப்படவும் வேண்டாம்.

இப்படி, பத்து இருபது வருடங்களாக நல்ல பங்குகளை (ரிலையன்ஸ், SBI, இன்போசிஸ், டிஸ்கோ, ஐ.டி.சி, சிப்ளா, டாக்டர் ரெட்டீஸ், L&T போன்ற சிலவற்றை) வாங்கிப் போட்டுவிட்டு, பேசாமல் தங்களுடைய வேறு வேலைகளைப் பார்ப்பவர்கள் இருக்கிறார்கள். அவர்கள் போட்ட முதல் (Capital) பணத்தினை எப்போதோ, டிவிடெண்டுகளாகவே எடுத்திருப் பார்கள்.

அத்துடன், அந்தப் பங்குகள் தொடர்ந்து விலை உயர்ந்து கொண்டும், கூடுதலாக போனஸ் பங்குகளை வழங்கிக் கொண் டும் இருக்கும். எப்போதாவது பங்குச்சந்தை நன்றாக இறங்கி உள்ளது என்று தெரிந்தால், அவர்கள் அப்போதும் மீண்டும் நல்ல பங்குகளாகத் தேர்ந்தெடுத்து வாங்குவார்கள். வாங்கி மீண்டும் உள்ளே அடுக்கி வைத்துவிட்டு, வழக்கம் போல வேறு வேலையைப் பார்ப்பார்கள்.

இவர்கள் வாங்கிய பங்குகளை விற்கவே மாட்டார்களா என்ன? இவர்கள் பழக்கம் 'வாங்குவது மட்டும்' என்ற 'ஒன் வே டிராஃபிக்'தானா?

அப்படியும் இருக்கலாம், இவர்கள் நல்ல வசதியான மனிதர் களாக இருந்தால். அல்லது வாங்கிவிட்டு, முக்கியமான தேவை களுக்கு மட்டும் (முழுவதையுமோ அல்லது பகுதியையோ) விற்பவர்கள் இருக்கிறார்கள். வாங்கி நாளானதால் பெரும் பாலும் நல்ல லாபத்தில்தான் விற்பார்கள்.

இப்படிச் செய்வது மரம் வைத்துப் பலனடைவதற்கு ஒப்பானது.

இரண்டாவது வழி, கொடி (Creepers) வைப்பது போன்றது.

ஒரு குறிப்பிட்ட நிறுவனம் பற்றிய (நிறுவனம் நல்ல லாபம் ஈட்டியுள்ளது. அல்லது போனஸ் பங்குகள் வழங்க உள்ளது போன்ற) நல்ல தகவல் கிடைக்கிறது. உடனே அந்த நிறுவனப் பங்குகளை வாங்குகிறார்கள். அதன்பிறகு, அவர்களுக்குத் தெரியவந்த அந்த நல்ல செய்தி, இன்னும் பலருக்கும் தெரிய வரும்.

அதாவது சந்தைக்கும் தெரியவருகிறது. அப்படித் தெரிய வந்ததும் அந்தப் பங்கின் விலை என்ன ஆகும்? உயரும். அதற்கு முன்பாகவே அந்தப் பங்குகளை வாங்கி வைத்திருப்பவர் அது சமயம் என்ன செய்யலாம்? விற்கலாம். இந்த வாய்ப்பு உடனடி யாகக் கிடைத்துவிடும் என்று சொல்லமுடியாது. இப்படி நடப்பதற்கு சில நாள்களோ, வாரங்களோ அல்லது சமயத்தில் மாதங்களோகூட ஆகும்.

அப்படி, தான் எதிர்பார்த்த விலை வந்ததும் கொஞ்சமும் தயங்காமல், கையில் இருக்கும் அந்தப் பங்குகளை விற்றுவிட்டு, கிடைத்த லாபத்தினை கையில் பிடிப்பவர்கள் இருக்கிறார்கள். இவர்கள் செய்வது Short Term Investment. பங்குச்சந்தையில் பின்பற்றப்படும் இரண்டாவது வழி இது.

சிட்டி யூனியன் வங்கி தெரிந்திருக்கும். அதன் விலை சுமார் ரூ.100 இருந்தது. அப்போது அந்தப் பங்கு பற்றி ஒரு செய்தி காற்றுவாக்கில் வந்தது. அந்த நிறுவனத்தின் பங்குகளில் கணிச மான ஒரு பகுதியை L&T நிறுவனம் எடுத்துக்கொள்ளப் போகிறது என்று.

சிலருக்கு இந்தத் தகவல் சரியாகக் கிடைத்தது. வேறு சிலருக்கு, 'சிட்டி யூனியன் வங்கியில் ஏதோ நடக்கிறது. அதனால் அந்த நிறுவனத்துக்கு நன்மைதான். ஆனால் அது என்ன என்று தெரிய வில்லை' என்பதாகத் தகவல். இவர்கள் எல்லாம் என்ன செய் தார்கள்? உடனடியாக அந்த நிறுவனப் பங்குகளை வாங்கி னார்கள்.

பூர்வாங்க வேலைகள் முடிந்து பின்பு இரண்டு நிறுவனங்களுமே அறிவிப்புகள் செய்ய, சிட்டி யூனியன் வங்கிப் பங்குகளின் விலை எதிர்பார்த்தபடியே உயர்ந்தன. ஏற்கெனவே வாங்கி வைத்திருந்த வர்கள், கூடுதல் விலைக்குச் சந்தோஷமாக விற்றுவிட்டார்கள். துரித லாபம். நல்ல லாபம்.

இந்த வழி, கொடி வைத்து விளைச்சல் பார்ப்பது போன்றது. நீண்டகாலத் திட்டம் கிடையாது. ஆனால் வாங்கிய சில மாதங் களுக்குள்ளாகவே கணிசமான லாபத்துக்கு விற்பது.

நல்ல செய்தி கிடைத்தால்தான் என்றில்லை. டெக்னிக்கல் பொசிஷன் பார்த்தும் இதனைச் செய்யலாம். இந்தப் பங்கு 'ஓவர் சோல்ட்' அல்லது 'அப்டிரெண்டில்' (Uptrend) உள்ளதா? அல்லது 'இதன் RSI 30 ஆகிவிட்டது, இனி ஏற்றம்தான்' என்கிறார்களா? அப்படித் தோன்றினாலும் உடனே அந்தப் பங்குகளை வாங்கி வைக்கலாம். பின், குறிப்பிட்ட அளவு ஏறியதும், விற்று லாபம் பார்க்கலாம்.

அல்லது, மிக நல்ல நிறுவனத்தின் பங்கு ஒன்று, மிக அதிகமாக விலை இறங்கிவிட்டதா? அப்போது சட்டென்று அந்தப் பங்கை வாங்கி வைக்கிறார்கள். அதன் பிறகு சிறிது காலத்திலேயே விலை உயரும். அப்போது விற்றுவிடுவதற்காக.

இந்த இரண்டும்போக, மூன்றாவது வழியும் இருக்கிறது. அது தான் செடி வைப்பது போன்றது. அதுதான் டிரேடிங்.

சரியான நேரங்களில், அதாவது விலை உயரப்போகும் நேரங்களில், பங்குகளை வாங்குவது. விலை உயர்ந்ததும், அது பங்கு ஒன்றுக்கு ஐந்து ரூபாயோ பத்து ரூபாயோ, உடனே விற்றுவிட வேண்டியது. அல்லது இறங்கப் போகும் நேரம் பார்த்து விற்க வேண்டியது. விலை இறங்கியதும் வாங்கி லாப மாக ஒரு தொகையினைப் பார்த்துவிட வேண்டியது.

இப்படி எந்தப் பங்கையும் வாங்கலாம், விற்கலாம். அதற்கு ஏதுவான பங்குகளாகத் தேர்வு செய்யவேண்டும். ரிலையன்ஸ், இன்போசிஸ் அல்லது TCS, டாடா ஸ்டீல், டாடா மோட்டார்ஸ் போன்ற பங்குகளையோ அல்லது வேறு எந்தப் பங்குகளுக் கெல்லாம் தினசரி அதிக 'விலைமாற்றங்கள்' (Price movements) உள்ளனவோ, அவற்றைத் தேர்வு செய்யலாம். அவை விலை ஏறப் போகிறது என்று தெரிந்தால், வாங்கி விற்கலாம். விலை இறங்கப் போகிறது என்று தெரிந்தால் விற்று வாங்கிச் சரிக் கட்டலாம்.

உதாரணத்துக்கு, ஒருவர் 50,000 ரூபாய் பணத்துடன் பங்குச் சந்தைக்கு வருகிறார். அவருக்கு இன்வெஸ்ட்மெண்ட் செய்யும் அளவுக்குப் பொறுமையில்லை. அல்லது ஓரளவு பணத்தை இன்வெஸ்ட் செய்துவிட்டு மீதப் பணத்தினை டிரேடிங்கில் போட விரும்புகிறார்.

50 இன்போசிஸ் பங்குதான் வாங்கினார் என்று வைத்துக் கொள்வோம். விலை அன்றோ ஒன்றிரண்டு நாள்களிலேயோ உயரலாம். உயர்ந்ததும் அவர் விற்கலாம். லாபம் பார்க்கலாம். விலை ஏறாவிட்டால் அல்லது எதிர்பாராமல் விலை குறைந்தால் நஷ்டம்தான்.

விலை இறங்கினால் நஷ்டம் என்று தெரிந்தும் ஏன் சிலர், இப்படி செய்கிறார்கள்? விலை இறங்கினால்தானே நஷ்டம்? தேர்வு செய்யும் நேரங்களைப் பொறுத்து, தேர்வு செய்யும் பங்குகளைப் பொறுத்து, அவற்றின் விலைகள் உடனே உயரும். உடனடி லாபம் பார்க்கலாம். டிரேடிங் செய்பவர்கள் எதிர் பார்ப்பது இதனைத்தான். சரியாகச் செய்தால் இதில் நல்ல லாபம் பார்க்கலாம்.

இதுதான் மூன்றாவது வழி. செடி வைப்பது. டிரேடிங் செய்வது.

நாம் மேலே பார்த்த உதாரணத்தில் ஒருவர் 50 இன்போசிஸ் பங்குகளை, ரூ.1,000 என்கிற விலையில் வாங்கியிருக்கிறார் என்றால், அந்தப் பங்கு, அதே நாள், ரூ.1010 ஆக உயர்ந்தால் உடனே விற்றுவிடுவார்.

அவருக்கு ஒரு பங்குக்கு ரூ.10 வீதம் 50 பங்குகளுக்கு ரூ.500 லாபம் கிடைக்கும். இதில் கொஞ்சம் புரோக்கர் கமிஷனும் கொஞ்சம் வரியும் போகும். அவருடைய ரூ.50,000 முதல்

அப்படியே இருக்கிறதே. அவர் மீண்டும் 'சந்தை நகர்வுகளை' (மார்க்கெட் மூவ்மெண்ட்ஸ்), பங்குகளின் விலை மாற்றங்களை உன்னிப்பாகக் கவனிப்பார். கவனித்து, அடுத்த மாற்றங்களைக் கணித்து, உடனுக்குடன் முடிவுகள் எடுப்பார். அதாவது, மீண்டும் இன்போசிஸ் பங்கின் விலை அதே நாளில் ரூ.1000 விலைக்கு வரலாம். அவர் மீண்டும் அதே பங்கினை வாங்கலாம். இது ஒரு நடவடிக்கை. அல்லது வேறு தகவல் கிடைக்கப் பெற்று, ரூ.1,015ல் (தான் ஏற்கெனவே விற்றதைவிட விலை உயர்ந்தாலும்கூட) அதே இன்போசிஸ் பங்குகளை வாங்கலாம்.

அட! சற்று நேரத்துக்கு முன்தானே அதே பங்கினை ரூ.1,010-க்கு விற்றார். அதைப்போய் ஏன் மீண்டும், 5 ரூபாய் அதிகம் கொடுத்து, ரூ.1,015-க்கு வாங்கவேண்டும்? அதுதான் குறிப்பிட் டோமே. அவருக்கு கூடுதல் தகவல் கிடைத்துள்ளது. இன் போசிஸ் விலை மேலும் அதிகமாகப் போகும் என்கிற தகவல் வந்திருக்கலாம். இன்போசிஸ் இதே தினம் ரூ.1,025 வரை போகும் என்கிற மாதிரி தகவல் கிடைத்திருக்கிறது என்று வைத்துக்கொள்வோம். அதனால்தான் ரூ.1,010-க்கு தான் விற்றதையே ரூ.1,015-க்கு அவரே மீண்டும் வாங்குகிறார்.

அவர் எதிர்பார்த்த ரூ.1,025 வந்ததும் விற்றுவிடுவார். இன்னொரு ரூ.500 லாபம்.

ஆயிற்றா? இரண்டு முறை வாங்கி, இரண்டு முறை விற்றாகி விட்டது. ஆனாலும், கையில் இருக்கும் ஆரம்ப முதல் ரூ.50,000 அப்படியே இருக்கிறது. வேறு ஏதும் செய்யலாமே! அடுத்து மத்திய அரசு அன்றைய தினம் பெட்ரோல் விலைகளைக் குறைக் கும் என்கிற தகவல் கிடைக்கிறது. எல்லோருக்கும் கிடைக்கக் கூடிய தகவல்தான்.

அதனால் ஆட்டோ நிறுவன (இரண்டு மற்றும் நான்கு சக்கர வாகனங்களை உற்பத்தி செய்யும் நிறுவனங்கள்) பங்குகளின் விலைகள் உயரும் என்று ஒரு கணிப்பு. உடனே கையில் இருக் கும் ரூ.50,000-ஐயும் வைத்து மாருதி நிறுவனப் பங்குகளை வாங்குகிறார். விலை ரூ.500. அவர் வாங்கியபிறகு அதே தினம், மாருதி பங்கு ரூ.10 விலை ஏறுகிறது. வாங்கிய 100 பங்குகளையும் விற்கிறார். அதில் 1000 ரூபாய் லாபம்.

எல்லா தினங்களும் இப்படியே, அவர் வாங்கிய பிறகே விலை உயரும் என்பது மிக அதிகமான எதிர்பார்ப்பு. சில தினங்கள்

அப்படி நிகழலாம். சில தினங்கள் ஆயிரம் இரண்டாயிரம் கிடைக்கலாம். சில தினங்களில் நஷ்டமும் வரலாம்.

இந்த வேலை கொஞ்சம் கம்பிமேல் நடப்பது போன்றதுதான். இருந்தாலும், இதில்தான் சிலருக்கு நம்பிக்கை. இப்படிச் செய்வதில்தான், அவர்களுக்கு ஒரு 'கிக்' அல்லது செடி வைத்து விட்டு, உடனே உடனே முளைத்துவிட்டதா என்றும் பிடுங்கிப் பிடுங்கிப் பார்ப்பதாகவும் எடுத்துக் கொள்ளலாம்.

காரணம், சமயத்தில் விலை நகர்தல் இல்லையே என்று பொறுமை இழந்து, வாங்கிய பங்கினை சிறு நஷ்டத்துக்கு (அல்லது கணிச மான நஷ்டத்துக்கே) விற்பார்கள், பெரும் நஷ்டத்தினைத் தவிர்ப்பதற்காக.

இப்படியாக, சில பரிவர்த்தனைகளில் லாபமும் வேறு சில வற்றில் நஷ்டமும் வரும். மொத்தத்தில், ஆரம்பத்தில் கையில் இருந்த ரூ.50,000 என்பது என்ன ஆகிறது என்பதைப் பொறுத்து, இந்த முறை வெற்றி தந்ததா, அல்லது தோல்வி தந்ததா என்பதை முடிவு செய்யலாம்.

இந்த வழிமுறையின் பெயர் நமக்குத் தெரிந்ததுதான். இதனை பொதுவாக 'ரொட்டேஷன் செய்வது' என்பார்கள். கையில் இருக்கும் பணத்தினை அதிகமான அளவு புரட்டுவது. ஒரே அளவு முதல் பணத்தினை, முடிந்த அளவு புரட்டிப் புரட்டி கூடுதல் லாபம் பார்க்க முயலுவது. (ஆமாம், முயற்சிதான்.)

பங்குச்சந்தை வார்த்தையில் இதுதான் 'டிரேடிங்'. ஒரே நாளுக்குள் வாங்கி விற்பதை அல்லது விற்று வாங்குவதை 'இண்ட்ரா-டே டிரேடிங்' என்பார்கள்.

குறிப்பிட்ட பங்குகளை வாங்கிவிட்டு, காத்திருந்து, விலை உயர்ந்ததும் விற்பது முதலீடு (Investment). அதைவிட சீக்கிரமே கிடைக்கும் என்று எதிர்பார்த்துச் செய்வது டிரேடிங். கையில் இருக்கும் பணத்தைப் பலமுறை பயன்படுத்திப் பணம் பார்க்க விரும்புவது.

அடுத்த கட்டம்

முதலீடோ அல்லது டிரேடிங்கோ ஒரு நேரத்தில் எவ்வளவு பங்குகள் வாங்கி விற்கிறோம் என்பது கையில் இருக்கும்

பணத்தின் அளவைப் பொறுத்தது. கையில் ரூ.50,000 இருந்தது. அதற்கு 50 இன்போசிஸ் வாங்கினோம். ரூ.500 லாபம் பார்த் தோம். இன்னொரு முறையும் வாங்கினோம். இன்னொரு ரூ.500 லாபம். தவிர, 100 மாருதி பங்குகளை வாங்கினோம். ரூ.1000 லாபம்.

சே! மாருதி பற்றிய நம்முடைய கணிப்பு சரியாகவே இருந்ததே! வெறும் 100 மாருதி பங்குகள் வாங்கியதற்கு பதிலாக 200 பங்கு களை வாங்கியிருந்தால், ரூ.1000-க்கு பதிலாக லாபம் ரூ.2,000 ஆகக் கிடைத்திருக்குமே! அதேபோல இன்போசிஸ் 50 பங்கு களுக்குப் பதிலாக 500 பங்குகள் வாங்கியிருந்தால் லாபம் வெறும் ரூ.500-க்கு பதிலாக ரூ.5,000 அல்லவா கிடைத்திருக்கும்!

இப்படித் தோன்றுவது உண்டு. செய்வது சரியாக வருகிறதே. அதையே கூடுதல் அளவுக்குச் (குவாண்ட்டிக்குச்) செய்தால் கூடுதல் லாபம் கிடைக்குமே என்கிற நினைப்பு.

சரிதான். ஆனால் 500 மாருதி பங்குகளை வாங்க முடியாதே. கையில் இருக்கும் ரூ.50,000 முதலுக்கு பங்கு ரூ.500 விலை வீதம் 100 பங்குகள்தானே வாங்கமுடியும்? 50 இன்போசிஸ் பங்குகளைத்தானே வாங்கமுடியும்?

'அடச்சே!' என்ன செய்யவேண்டும் என்று நிச்சயமாகத் தெரி கிறது. ஆனால் கையில் பணம் குறைவாக இருப்பதால் அதிக லாபம் பார்க்க முடியவில்லை. நொந்து கொள்கிறோம். 'என்ன செய்யலாம்? பணத்தைக் கடன் வாங்கிச் செய்யலாமா?' என்று யோசிக்க ஆரம்பிக்கிறோம்.

கடன் வேண்டாம் என்று தோன்றுகிறது. (சரியான முடிவு!)

சரி, கடன் வாங்கவேண்டாம். ஆனாலும் கூடுதல் பரிவர்த்தனை செய்து கூடுதல் லாபம் பார்க்க வேறு ஏதாவது வழியிருக்கிறதா?

இருக்கிறது.

அதன் பெயர்தான் ஃபியூச்சர்ஸ் (Futures). முதலீடு, டிரேடிங் தவிர்த்து மற்றொரு வழி. கையில் இருக்கும் 50,000 ரூபாயை இதிலும் போடலாம்.

முதலீட்டில், கையில் இருக்கும் பணத்தின் அளவுக்கு மட்டுமே பங்குகள் வாங்கமுடியும். டிரேடிங்கில் ஒரு நேரத்தில் கையில்

இருக்கும் பணத்தின் அளவுக்கே பங்குகள் வாங்க முடியும். அதனை விற்றுவிட்டு மீண்டும் வேறு பங்குகளை வாங்கலாம். இப்படி எத்தனை முறை வேண்டுமானாலும் செய்யலாம். ஆனால் ஒவ்வொருமுறையும் கையில் இருக்கும் பணத்தின் அளவுக்கு மட்டுமே பங்குகள் வாங்க முடியும்.

ஆனால் ஃபியூச்சர்ஸில் கையில் இருக்கும் பணத்துக்கு மட்டு மல்ல, அந்தப் பணத்தின் பலமடங்குகளுக்குப் பங்குகள் வாங்க லாம். அதுதான் விஷயமே!

அதெப்படி, கையில் இருக்கும் பணத்துக்கு வாங்கக் கூடியதை விட அதிகமாக வாங்க முடியுமாம்?

வாங்கமுடியும். அதுதான் சுவாரசியம். அதுதான் ஃபியூச்சர்ஸ் தரும் வாய்ப்பு. அதுதான் ஃபியூச்சர்ஸ் வைத்திருக்கும் ஆபத்தும் கூட. இரண்டும் கலந்ததுதான் ஃபியூச்சர்ஸ்.

கடவுள் பாதி, மிருகம் பாதி, இரண்டும் கலந்து செய்த கலவை என்பதுபோல, வாய்ப்பு பாதி, ஆபத்து பாதி இரண்டும் கலந்து செய்த விஷயம்தான் ஃபியூச்சர்ஸ்!

2

ஃபியூச்சர்ஸ் அறிமுகம்

பங்குச்சந்தையில் இரண்டுவிதமான டீலிங்ஸ் (Dealings) *உண்டு. ஒன்று கேஷ் மார்க்கெட். அதாவது 'கையில காசு, வாயில தோசை'. இன்றைக்கு வாங்கினால் அதற்கான மொத்தக் காசையும் பங்கு டெலிவரி வருவதற்குள் கொடுத்துவிட வேண்டும். T+2 செட்டில்மெண்ட் என்பார்கள். T என்றால் டிரேடிங் டே* (Trading day). *+2 என்றால் அதில் இருந்து இரண்டு நாள்கள்.*

திங்கள் அன்று வாங்கினால், புதன்கிழமையன்று டெலிவரி வந்துவிடும். அதேபோல, பங்கை விற்றவர் நாமாக இருந்தால், நாம் உடனடியாக டெலிவரி கொடுத்து, அது வாங்கியவரிடம் T+2-க்குள் சென்றடைந்தாக வேண்டும்.

பங்கை நாம் வாங்கியிருந்தால், பணத்தைத் தரகரிடம் கொடுத்து விட வேண்டும். விற்றிருந்தால், தரகர் நமக்கு அந்த தினத் துக்குள் பணத்தைக் கொடுக்க வேண்டும். இப்படியெல்லாம் நடப்பது கேஷ் மார்க்கெட் (Cash Market).

இன்வெஸ்ட்மெண்ட்டுக்கு மட்டுமல்ல. டிரேடிங்குக்கு என்று தான் வாங்கியிருப்போம். ஆனால் வாங்கியதை வாங்கிய தினத்தன்றே விற்கவில்லை என்றால், அது டெலிவரிக்கானது என்றுதான் பார்க்கப்படும். நமக்கு டெலிவரி வரும். நாம் அதற்குப் பணம் கொடுக்கத்தான் வேண்டும்.

வாங்கியதை அன்றைக்கே விற்பதற்குப் பெயர் 'இன்ட்ரா-டே' (Intra-Day) என்பது நமக்கு தெரியும். வாங்கி விற்றல் போல, விற்றும் வாங்கலாம். கையில் அந்தப் பங்கு இல்லாமலேயே விற்றுவிடுவதை 'ஷார்ட் (Short) போவது' என்று சொல்வார்கள். ஆனால் கண்டிப்பாக இதனை அன்றைய தினத்துக்குள்ளாகவே திரும்ப வாங்கியாக வேண்டும். அப்படிச் செய்வதற்கு கவரிங் (Covering) என்று பெயர். இல்லாவிட்டால் அது தன்னால் 'கவர்' ஆகும். ஏலம் போட்டு வேறு எவரிடமிருந்தாவது வாங்கி, நாம் கொடுக்க வேண்டியவர்களுக்கு பங்குச்சந்தையே கொடுத்து விடும். விலை அதன் இஷ்டத்துக்கு இருக்கும். விற்றுவிட்டு டெலிவரி கொடுக்காதவருக்குப் பிரச்னைதான்.

இன்ட்ரா-டே செய்தால், நஷ்டம் ஏற்பட்டால் அதன் அளவுக்கு முதல் குறையும். அதேபோல அன்றைய தினத்தில் கிடைத்த லாபம், நமது முதலுடன் சேர்ந்து, அந்த அளவுக்கு அதிகமாகும்.

ஆக, இவையெல்லாம் சேர்ந்தது, கேஷ் மார்க்கெட். அடுத்து நாம் பார்க்க வேண்டியது, மற்றொன்றான ஃபியூச்சர்ஸ் மார்க்கெட்.

ஃபியூச்சர்ஸ் மார்க்கெட்

ஃபியூச்சர்ஸ் என்றால் எதிர்காலம் என்றுதானே பொருள். அதே அர்த்தத்தில்தான் இங்கேயும் பயன்படுத்துகிறார்கள். ஆனால் கேஷ் மார்க்கெட்டுக்கும் ஃபியூச்சர்ஸ் மார்க்கெட்டுக்கும் சில முக்கிய வித்தியாசங்கள் இருக்கின்றன.

ஃபியூச்சர்ஸ் மார்க்கெட் என்பது தனியான ஒன்று அல்ல. அதே தேசியப் பங்குச்சந்தைதான். அதற்குள் இருக்கும் ஒரு தனிப்பகுதி என்று வேண்டுமானால் வைத்துக்கொள்ளலாம்.

ஃபியூச்சர்ஸைப் பொறுத்தவரை நாம் பங்குகளை வாங்குவ தில்லை. பங்குகளை இந்த விலையில் இந்த மாதத்துக்குள் வாங்குகிறோம் என்று ஒரு ஒப்பந்தம் - ஒரு காண்டிராக்ட் - எழுதி, அதைத்தான் வாங்குகிறோம், விற்கிறோம். கடைசி

வரையில் நிஜமான பங்குகளை நாம் விற்கவும் போவதில்லை, வாங்கவும் போவதில்லை.

நாம் ஒரு பங்கின் ஒப்பந்தத்தை - காண்டிராக்டை - வாங்கி இருந்தால், குறிப்பிட்ட தினத்துக்குள்ளாக அதே அளவு ஒப்பந் தத்தை விற்று கணக்கை நேர் செய்வோம். முதலில் விற்றிருந் தால், பின்னர் வாங்கி நேர் செய்வோம்.

ஆனால் இந்தப் புத்தகத்தில் ஃபியூச்சர்ஸில் பங்கு வாங்கு கிறோம், விற்கிறோம் என்று நாம் சொல்வது, புரிந்துகொள் வதற்காக மட்டுமே.

ஃபியூச்சர்ஸில் பரிவர்த்தனை செய்ய, நமது தரகருடன் (Stock Broker or Trading Member) தனியாக பங்கு வர்த்தகக் கணக்கை (Trading) திறந்துகொள்ள வேண்டும். காரணம், இதில் உள்ள விதிமுறைகள் சற்று வித்தியாசமானவை.

அப்படி என்னதான் வித்தியாசமானவை? பார்த்துவிடலாம்.

1. டெலிவரி கிடையாது.

முதலாவது, ஃபியூச்சர்ஸில் பங்குகள் வாங்கினால், பங்குகள் டெலிவரி வராது. இதில் T+2 எல்லாம் கிடையாது. சொல்லப் போனால் இங்கே டெலிவரி என்பதே கிடையாது. வாங்கும் பங்குகள், நமது டிமேட் கணக்குக்கு வரவே வராது. வாங்கியதை விற்கத்தான் வேண்டும். வேண்டுமானால் விற்றுவிட்டு மீண்டும் வேறு வாங்கிக் கொள்ளலாம். அப்படிச் செய்வதற்கு 'ரோல் ஓவர்' (Roll Over) என்று பெயர்.

2. 'லாட் லாட்'டாகத்தான் வியாபாரம் செய்யமுடியும்.

கேஷ் மார்க்கெட்டில், ஒரே ஒரு பங்குகூட வாங்கலாம். ஃபியூச்சர்ஸ் மார்க்கெட்டில் எல்லாமே கொஞ்சம் அதிகம்தான். 'லாட் லாட்' ஆகத்தான் வாங்கமுடியும். மார்க்கெட் லாட் என்பது ஐம்பது, நூறு அல்ல, அதற்குமேலும் இருக்கும். எந்தப் பங்குக்கு எவ்வளவு லாட் சைஸ் என்பதைப் பின்னிணைப்பு-1-ல் பார்க்கலாம். உதாரணத்துக்காக, ஒரு பங்கின் லாட்டை மட்டும் இப்போது பார்ப்போம்.

இன்போசிஸ் பங்கின் மார்க்கெட் லாட் 100 பங்குகளாக இருப்பதாக வைத்துக்கொள்வோம். அதாவது, இன்போசிஸ் பங்கை கேஷ்

மார்க்கெட்டில் வாங்காமல் ஃபியூச்சர்ஸில் வாங்கினால், குறைந்தபட்சம் நூறு பங்குகளை வாங்கியாக வேண்டும். அதுதான் அதன் மார்க்கெட் லாட் (Market Lot).

அதுமட்டுமல்ல. இன்போசிஸ் பங்குகளை ஃபியூச்சர்ஸில் வாங்குவதென்றால் நூற்றின் மடங்குகளாகத்தான் வாங்க முடியும். அதாவது 100, 200, 300, 400 இப்படி. ஒரு லாட் அல்லது இரண்டு லாட் என்று 'லாட் லாட்'டாகத்தான் வாங்கமுடியும் (கோயம்பேடு மார்க்கெட்டில் போய், தக்காளி கால் கிலோ கேட்க முடியுமா? 'ஒரு கூடையாக எடுத்துக் கொள்ளுங்கள்' என்பார்களே அப்படித்தான்!)

2016 ஆண்டு ஏப்ரல் மாதவாக்கில் இருந்த லாட் அளவுகளில் ஒரு சிலவற்றை இங்கே பார்ப்போம். (மீதத்தை பின்னிணைப்பு-1-ல் பார்க்கவும்)

நிறுவனம்	Underlying Symbol	Market Lot
Bharati Airtel	BHARATIARTL	1200
India Cements	INDIACEM	6000
N.T.P.C.	NTPC	4000
S.B.I.	SBIN	2000
Tata Motors	TATAMOTORS	1500
Tata Consultancy Services	TCS	200
Wipro Ltd.,	WIPRO	1000

ஏப் 2016-ல் இருந்த அளவுகள் மேலே கொடுக்கப்பட்டுள்ளன. அது ஏன், ஏப் 2016-ல் இருந்த அளவுகள் என்று சொல்லப் படுகிறது? அப்படியென்றால் இந்த அளவுகள் (லாட் சைஸ்கள்) மாறுதலுக்கு உட்பட்டவையோ என்ற சந்தேகம் வருகிறதா? நீங்கள் சரியாகவே கணித்துள்ளீர்கள்!

பங்குகளின் விலைகள் அடிக்கடி மாறுகின்றனவா, இல்லையா? சிலவற்றின் விலைகள் உயர்ந்துவிடுகின்றன. வேறு சிலவற்றின் விலைகள் குறைந்துவிடுகின்றன. அப்படி விலைமாற்றங்கள் அதிகமிருக்கும் பங்குகளின் லாட் சைஸ்களையும் மாற்றுகிறார்கள்.

மேலே கொடுக்கப்பட்டிருக்கும் சில பங்குகளின் லாட் அளவுகள், அவற்றின் விலை மாற்றங்களைப் பொறுத்து 2015-ம்

ஆண்டு ஆகஸ்ட் மாதம் மாற்றப்பட்டன. அதற்குமுன் இருந்ததைவிட, சிலவற்றின் மார்க்கெட் லாட்டுகள் குறைக்கப் பட்டன. (எம்.ஆர்.எஃப். 125-ல் இருந்து 15 ஆக).

வேறு சில பங்குகளின் மார்க்கெட் லாட்டுகள் அதிகரிக்கப் பட்டன. (ஆக்சிஸ் 500-ல் இருந்து 875 ஆக, ரிலையன்ஸ் 250-ல் இருந்து 500 ஆக, பாரதி ஏர்டெல் 1000-ல் இருந்து 1200 ஆக.)

ஏன் இந்த மாற்றம்? எதற்காக சில பங்குகளின் லாட் அளவு களைக் குறைக்கிறார்கள்? வேறு சிலவற்றின் அளவுகளை உயர்த்துகிறார்கள்? காரணம் என்ன?

எவற்றின் விலைகள் தொடர்ந்து உயர்ந்து முன்பைவிட அதிகமாகி விட்டனவோ, அவற்றின் மார்க்கெட் லாட் அளவைக் குறைக் கிறார்கள். எவற்றின் விலைகள் குறைந்துபோய் விட்டனவோ அவற்றின் லாட் அளவை உயர்த்துகிறார்கள். எப்போதும் கிட்டத்தட்ட 3 லட்ச ரூபாய்க்கு ஒரு லாட் என்பது போல ஒரு கணக்கு வைத்திருக்கிறார்கள். (கூட்டிக்கழித்துப் பாருங்கள், சரியாக வரும்!)

இந்த 3 லட்சம் என்கிற அளவே பின்னால் மாற்றப்படலாம். ஆமாம், இவற்றைச் செய்வது யார்? வேறு யாரால் செய்ய முடியும்? பங்குச்சந்தை நிர்வாகம்தான் இதனைச் செய்து அறிவிக் கிறது. மேலே சொல்லப்பட்டுள்ள அளவுகள் தேசியப் பங்குச் சந்தை குறித்தது என்பதால், இங்கே இதனை அவர்கள்தான் செய்கிறார்கள்.

லாட் சைஸ் பற்றிப் பார்த்தது பிரமிப்பாக இருக்கலாம். அடேயப்பா! இது என்ன அநியாயமாக இருக்கிறது! ஃபியூச் சர்ஸில் இன்போசிஸ் வாங்கவேண்டும் என்றால், ஒரு லாட் ஆகத்தான் வாங்க வேண்டும். அந்த லாட் சைஸ் ஐநூறா? ஒரு பங்கின் விலை ரூ.1200 ஆயிற்றே (13.4.2016). அப்படி யென்றால் ஐநூறு பங்குகளின் விலை, ஆறு லட்சம் அல்லவா? அடேயப்பா! யாரிடம் இருக்கிறது இவ்வளவு பணம் என்று சிலர் நினைக்கலாம். கவலைப்படவேண்டாம்.

3. முழுப்பணமும் கட்டத் தேவையில்லை.

இதுதான் கேஷ் மார்க்கெட்டுக்கும் ஃபியூச்சர்ஸ் மார்க்கெட் டுக்கும் இடையே உள்ள மூன்றாவது வித்தியாசம். வாங்க

நினைக்கும் பங்குகளுக்கான முழுப்பணமும் கையில் இருக்க வேண்டும் என்பது தேவையில்லை.

அவ்வளவு பங்குகளுக்கான முழுப்பணமும் கையில் இல்லாமலேயே, 500 இன்போசிஸ் பங்குகளை 'சொந்தம் கொண்டாட' முடியும். 500 பங்குகளை வாங்கமுடியும் என்று சொல்லாமல், சொந்தம் கொண்டாட முடியும் என்று குறிப்பிட்டிருப்பதை கவனித்திருப்பீர்களே... அங்கேதான் இருக்கிறது சூட்சமம்.

நம் தரகரை நமக்காக, 13.04.2016 அன்று ஒரு லாட் இன்போசிஸ் வாங்கச் சொல்லியிருந்தோம் என்று வைத்துக்கொள்ளுங்கள். கேஷ் மார்க்கெட்டில் டெலிவரி எடுப்பதற்கு 500 இன்போசிஸ் பங்குகளுக்கு எவ்வளவு பணம் தரவேண்டும்? 6 லட்சம் அல்லவா? (ஒன்று ரூ.1,200 வீதம்).

ஆனால் ஃபியூச்சர்ஸில் வாங்கினால், தரகர் நம்மிடமிருந்து ரூ.65,000 மட்டுமே கேட்பார். அதைக் கொடுத்தால் போதும். 500 இன்போசிஸ் நமக்குச் சொந்தம். டெலிவரி வராதுதான். ஆனால், இதனை நாம் எப்போது வேண்டுமானாலும் விற்கலாம். இந்த 500 இன்போசிஸ் பங்குகளும் நமதே என்று நாம் கோஷம் போடலாம், முழுப்பணமும் கொடுக்காமலேயே!

வாங்கியதை எப்போது வேண்டுமானாலும் விற்கலாம் என்று சொன்னோம் அல்லவா? ஆமாம். வாங்கிய அன்றே விற்கலாம். அல்லது அடுத்த நாளும் விற்கலாம். இங்கே T+2 எல்லாம் கிடையாது. ஃபியூச்சர்ஸில்தான் டெலிவரி வர வேண்டும் என்கிற அவசியம் இல்லையே.

அதே போல விற்ற ஷேரை டெலிவரியும் கொடுக்கவேண்டாம். கொடுக்கவும் முடியாது. எல்லாம் 'புக் எண்ட்ரி'தான்.

4. 'மார்ஜின் மணி' கட்ட வேண்டும்.

500 இன்போசிஸ் வாங்குவதற்கு, ரூ.65,000 போதும் என்று பார்த்தோம். அதற்கு 'மார்ஜின் மணி' என்று பெயர்.

மார்ஜின் என்றால்?

அது ஒருவகையான முன் பணம் போன்றது. ஒரு இடத்தில் பொது ஏலம் நடக்கிறது. பலரும் ஏலம் எடுக்க விரும்பி அங்கே கூடியிருக்கிறார்கள். ஏலம் ஆரம்பித்ததும் இவ்வளவு, அவ்வளவு என்று

ஏலம் கேட்கலாம். எவரேனும் நல்ல விலைக்கு ஏலம் கேட்டு விட்டு, பின்பு எடுக்காமல் போய்விட்டால்?

அப்படி ஒரு சூழ்நிலை வந்துவிடக்கூடாது என்பதற்குத்தானே ஏலம் எடுக்க விரும்புகிறவர்களிடம் ஒரு தொகையை முன் கூட்டியே கேட்டு வாங்கி வைத்துக்கொள்கிறார்கள்! யாராவது ஒருவர் ஏகத்துக்கும் விலை கேட்டுவிட்டு (ஏற்றிவிட்டு), ஏலம் முடிந்ததும், 'அடடா! என்னிடம் போதிய காசில்லை' என்று கையை விரித்தால், அவர் கட்டியிருக்கும் முன் பணத்தைப் பிடித்துக்கொண்டுவிடுவார்கள்.

அப்படிப்பட்டதுதான் மார்ஜின் மணியும்.

நாம் ஒரு லாட் வாங்கிய பிறகு, இன்போசிஸ் பங்கின் விலை இறங்கிவிட்டால்? அதன் பிறகு ஏதோ காரணத்தால் வாங்கிய வரால் (நம்மால் என்று சொல்வானேன்!) பணம் கொடுக்க முடியாமல் போய்விட்டால்? தரகர் பாடு திண்டாட்டமாகி விடுமே! அதனால் பங்குச்சந்தைக்கும் பிரச்னை ஆகிவிடுமே!

இந்தப் பிரச்னைகளைத் தவிர்ப்பதற்குத்தான் மார்ஜின் மணி.

ஆக, முதலில் மார்ஜின் மணி கட்டினால்தான், தரகர் நமக்கு ஃபியூச்சர்ஸில் பங்கு வாங்கித் தருவார். அதற்குத்தான் அவருடன் தனி கணக்கு அல்லது ஒப்பந்தம்.

மார்ஜின் பணம் என்பது பங்குக்குப் பங்கு மாறுபடும். ஆமாம், பங்கின் விலையையும், அதன் தினசரி ஏற்ற இறக்கங்களையும் பொறுத்து மாறும். எந்தெந்தப் பங்குகளில் விலைகள் குதியாட்டம் போடுமோ (Fluctuate ஆகுமோ), அவற்றுக்கு அதிக மார்ஜின் பணம் கேட்பார்கள். விலை மற்றும் Volatility-ஐப் பொறுத்து மார்ஜின் பணம் முடிவு செய்யப்படும். அதனை, பங்கின் விலையில் சதவிகிதமாகச் சொல்வார்கள். சிலவற்றுக்கு 15%. சிலவற்றுக்கு 30%. சிலவற்றுக்கு (சில நாட்களாவது) 40%.

மார்ஜின் மணி என்பது பங்குக்குப் பங்கு, காலகட்டத்துக்குக் காலகட்டம் மாறுமே தவிர, அதனை தினசரி மாற்றமாட்டார்கள். இவற்றையெல்லாம் முடிவு செய்வது யார்? வேறு யார்? எல்லாம் NSEதான். தேசியப் பங்குச்சந்தை, அதன் ஃபியூச்சர் ஸுக்கு. BSE என்று அழைக்கப்படும் மும்பை பங்குச்சந்தையின் ஃபியூச்சர்ஸ் என்றால், அவற்றை முடிவு செய்வது BSE நிர்வாகம்.

குறிப்பிட்ட நேரத்தில், எந்தப் பங்குக்கு எவ்வளவு மார்ஜின் என்பதை NSE-ன் சுற்றறிக்கைகள் மூலமாகவும் அவர்களது இணையத்தளத்தின் (www.nseindia.com) மூலமாகவும் தெரிந்து கொள்ளலாம். பங்குத் தரகர்களுக்கும் தெரியும். கேட்டுத் தெரிந்துகொள்ளலாம்.

சரி, முதல் முறை மார்ஜின் மணி கட்டியாகிவிட்டது. காண்ட் ராக்ட்டும் வந்துவிட்டது. அடுத்து என்ன? அடுத்த நாள், அந்த இன்போசிஸ் பங்கு என்ன விலையில் முடிவடைகிறது என்பதைப் பார்ப்பார்கள்.

என்ன? ஒன்று, விலை அதிகரித்திருக்கும். அல்லது இறங்கி இருக்கும். அதிகரித்திருந்தால் நாம் செய்ய வேண்டியது ஒன்றும் இல்லை - மகிழ்ச்சியடைவதைத் தவிர. கிடைத்த லாபம் போது மென்றால் விற்றுவிடலாம். முன்பே குறிப்பிட்டதுபோல, டெலிவரிக்காகக் காத்திருக்க வேண்டாம்.

விலை உயர்வது ஒரு சாத்தியம். இன்னொரு சாத்தியமும் இருக்கிறதே (என்ன செய்து தொலைப்பது!). நாம் வாங்கிய இன்போசிஸ் பங்கின் விலை இறங்கலாம். அதனால் என்ன? பங்குச்சந்தையில் ஏற்ற இறக்கம் என்பது சகஜம்தானே! மீண்டும் ஏறாதா என்ன? நாம் விவரம் தெரிந்துதானே வாங்கியிருக் கிறோம்.

நிச்சயமாக. அதில் ஒன்றும் சந்தேகம் இல்லை. நாம் காத்திருக்க லாம். ஆனால் இன்னும் கொஞ்சம் பணத்தைத் தரகரிடம் கொடுக்க வேண்டும். இன்னும் கொஞ்சம் பணமா? ஏற்கெனவே வாங்கிய அதே ஒரு லாட் இன்போசிஸ் பங்குகளுக்கா?

ஆமாம்.

நாம் வாங்கிய விலை பங்கு ஒன்றுக்கு ரூ.1200. அடுத்த நாள் அதன் முடிவு விலை ரூ.1,180 என்று வைத்துக் கொள்வோம். இரண்டுக்கும் உள்ள வித்தியாசம் ரூ.20. இது ஒரு பங்குக்கு. ஒரு லாட்டான 500 பங்குகளுக்கு? ரூ.10,000 அல்லவா? அந்த அளவு பணத்தைக் கூடுதலாகக் கட்டவேண்டும்.

நாம்தான் வாங்கிய பங்குகளை விற்கவில்லையே! பிறகென்ன?

நாம் விற்காவிட்டாலும்கூட, விற்றதுபோலத்தான் கணக்குக்கு எடுத்துக் கொள்வார்கள். இதற்கு மட்டும் தினசரி செட்டில்

மெண்ட். மார்ஜின் பணத்துக்கு (மட்டும்) இப்படித்தான் கணக்கு எடுத்துக்கொள்வார்கள்.

ஏன் என்றால், எதிர்பாராமல் வரக்கூடிய விலைவீழ்ச்சிகளுக்கு, நாம் ஏற்கெனவே கட்டியிருக்கும் மார்ஜின் பணம் போதும். ஆனால் நாம் வாங்கிய நாளுக்கு அடுத்த நாள் விலை இறங்கியது அவர்கள் கணக்கில் இல்லை. அதற்காகத்தான் கூடுதல் பணம். எந்த அளவுக்கு விலை இறங்கியதோ, அந்த அளவுக்கு.

ஒரு லாட் வைத்திருந்தால் ஒரு லாட்டுக்கு. பத்து லாட் வைத்திருந்தால் பத்து லாட்டுக்களுக்கும். இதற்குப் பெயர் 'மார்க் டு மார்க்' (Mark to Mark).

இன்போசிஸ் விலை அதிகரித்தால், மார்ஜின் பணம் இன்னும் கூடுதலாகும்.

வாங்கும்போது விலை ரூ.1,200 ஆக இருந்தது. ரூ.65,000 கேட்டார்கள். கொடுத்தாயிற்று. பின்பு விலை இறங்கிவிட்டது! 'மார்ஜின் மணியைக் குறைத்துக் கொள்வார்களா?' என்று சிலர் கேட்கலாம். நிச்சயமாக. குறைந்த விலையில் இன்னொரு லாட் வாங்கினால் அதற்கு!

ஆனால் ஏற்கெனவே வாங்கி வைத்திருக்கும் லாட்டுக்கு? வாங்கிய பங்கின் விலை குறைந்திருக்கிறதா? மேலும் பணம் கேட்பார்கள். பின்னே, நாம் சொன்னோம் என்பதற்காக 500 பங்குகளை வாங்கியிருக்கிறார்கள். அது விலை குறைந்தால், நாம்தானே பொறுப்பு. நஷ்டத்தினை நாம்தானே ஏற்றுக் கொள்ளவேண்டும்?

நாம் இன்னும் விற்கவில்லை. ஆனால் பங்கின் விலை குறைந் திருக்கிறது. நாம் விற்கிறோமோ இல்லையோ, அவர்களைப் பொறுத்தவரை (NSE) அன்றைக்கு அன்றைக்கே கணக்கை முடித்துக்கொள்ளச் சொல்லிவிடுகிறார்கள். எல்லாம் முதலீட் டார்கள் நலன் கருதித்தான். இல்லாவிட்டால், பேராசை உள்ளவர்கள் ஒரு லாட், இரண்டு லாட்டா வாங்குவார்கள்? சகட்டுமேனிக்கு வாங்கித் தள்ளிவிட்டு, பின்னால் காணாமல் போய்விட்டால்? அவர்கள் கொடுத்த மார்ஜின் பணம் நஷ்டத் துக்கு ஈடுகட்டப் போதாதே!

நெருப்பென்றால் வாய் சுடவா போகிறது? உதாரணத்துக்குத் தானே! இன்போசிஸ் பங்கு ரூ.1,200க்கு ஒரு லாட் வாங்கியபிறகு

கொஞ்சம் கொஞ்சமாக ஒரு பங்குக்கு ரூ.175 வரை இறங்கி விடுகிறது என்று வைத்துக்கொள்வோம் (முன்பு 06-03-2009 அன்று புளூ சிப் பங்குகளின் விலைகளுமே நம்ப முடியாத அளவு இறங்கியதே!) அப்படியாகும் பட்சத்தில் முன்பு கட்டிய மார்ஜின் பணமான ரூ.65,000 அந்த நஷ்டத்துக்குப் போதாதே! ஒரு பங்குக்கு ரூ.175 வீதம் மொத்தம் ரூ.87,500 அல்லவா குறை கிறது. அதனை நமக்கு விற்ற எவரோ (ஆமாம். நாம் வாங்கு கிறோம் என்றால், அதே ஃபியூச்சர்ஸில் எவராவது நமக்கு விற்றிருக்கத்தானே வேண்டும்) ஒருவருக்கு ரூ.87,500 கொடுத் தாக வேண்டுமே! ரூ.22,500 குறையுமே!

அப்படியெல்லாம் முன்பு பணம் கொடுப்பதில் பிரச்னைகள் வந்திருக்கின்றன. அவற்றை, ‘ஒரு பெரிய புரோக்கர் Payment default ஆகிவிட்டார்’ அல்லது ‘ஒரு புரோக்கர், அளவுக்கு அதிக மாகச் செய்து பெரும் நஷ்டம் பார்த்துவிட்டார்’ என்று சாதாரண மாகச் சொல்வார்கள்.

‘அவர் இவருக்குத் தரவேண்டிய பணத்தைத் தரவில்லை. அதனால் இவரால் இவர் தரவேண்டிய பணத்தைக் கொடுக்க முடியாமல் போயிற்று. அதனால்...’ என்று கதை நீண்டு கொண்டே போகும். அதன் தாக்கம் பலரையும் பாதித்து, பங்குச் சந்தையையே ஆட வைக்கும்.

இப்படி, சில ஆண்டுகளுக்கு முன்பு ஆசிய பங்குச்சந்தைகளில் நடந்திருக்கிறது. சில புகழ் பெற்ற வங்கிகளே (பங்குச்சந்தை யில் விளையாட, ஏகத்துக்கும் கடன் கொடுத்திருந்த வங்கிகள்) திவால் ஆயின.

‘தேவையா இதெல்லாம்? உன் நஷ்டம் உன்னோடு. நீ அகலக் கால் வைத்தால், அது உன்பாடு. நீ படு. ஏன் அடுத்தவர்களை எல்லாம் படுத்துகிறாய்?’ என்பது போலச் சொல்லாமல் NSE அழகாக ஒரு காரியம் செய்துவிட்டது.

அதுதான் மார்ஜின் மணி. எவ்வளவு வேண்டுமானாலும் வாங்கிக் குவியுங்கள். அதற்குண்டான மார்ஜின் பணத்தைக் கட்டிவிட்டு.

தவிர, தினம் தினம் என்ன விலை மாற்றங்கள் ஏற்படுகிறதோ அதற்கு ஏற்பவும் பணம் கட்டிவிடுங்கள்.

இறங்கினால் பணம் கட்டவேண்டும். சரி... விலை ஏறினால்? அதற்குண்டான தொகையை வாங்கியவரின் கணக்கில் வரவு

வைத்துவிடுவார்கள். உதாரணத்துக்கு பங்கு ஒன்றுக்கு ரூ 20 உயர்ந்தால் அன்று மாலை 10,000 வரவு வைக்கப்படும்.

இப்படி தினசரி கணக்கு முடிப்பதற்குப் பெயர்தான், 'மார்க்கெட் டு மார்க்கெட்' (Market to Market). மார்க்கெட் என்பது ஒரு தினம். அன்றயை தினத்துக்கும் அடுத்த தினத்துக்கும் உள்ள விலை வேறுபாடு. இதனைச் சுருக்கமாக 'மார்க் டு மார்க்' (Mark to Mark) என்றும், இன்னும் சுருக்கமாக (செல்லமாக) 'எம் டு எம்' (M to M) என்றும் சொல்வதுண்டு.

ஃபியூச்சர்ஸ் மார்க்கெட்டில் அகலக்கால் வைத்தவர்களுக்கு, இறங்குகிற மார்க்கெட்டுகளில் இந்த 'எம் டு எம்' என்ற வார்த்தைகளைக் கேட்டாலே கதி கலங்கும். தினசரி கட்டி மாளாது. முழி பிதுங்கிவிடும்.

கட்டாவிட்டால் என்ன ஆகும்? புரோக்கர், நமது லாட்டினை மறுநாள் நடைபெறும் விலைக்கு விற்றுவிட்டு, நம்முடைய மார்ஜின் பணத்தில் இருந்து நஷ்டத்தினைக் கழித்துவிடுவார். மீதம் இருந்தால் கொடுப்பார். போதாவிட்டால் கேட்பார்.

5. டிவிடெண்ட் கிடையாது.

ஃபியூச்சர்ஸில் வாங்கும் பங்குகளுக்கு டிவிடெண்ட் எல்லாம் தரமாட்டார்கள். போனஸ் பங்குகள் கொடுத்தால், அதற்கு ஏற்ப லாட்டுகளில் மாறுதல்கள் செய்வார்கள். அதேபோல ஒரு நிறுவனமே டீமெர்ஜர் ஆகிறது என்றால் டீமெர்ஜர் ஆக விருக்கும் தேதிக்கு முன்பாக அந்தப் பங்கின் ஃப்யூச்சர்ஸ் வாங்கிய அனைவரும் தங்கள் கணக்குகளை நேர் செய்துகொள்ள வேண்டும் (விற்றிருந்தால் வாங்கியும், வாங்கியிருந்தால் விற்றும்). பின்பு கேஷ் மார்க்கெட்டில் விலை மாறுவதைப் பொறுத்து டீமெர்ஜர் முடிந்தபின் இங்கேயும் மாற்றத்துக்குள் ளான விலைகளுடன் மீண்டும் லாட்கள் பட்டியல் இடப்படும். பரிவத்தனை அனுமதிக்கப்படும்.

6. விலை எல்லைகள் (Upper Lower Freeze) இல்லை.

இங்கே, ஃபியூச்சர்ஸ் மார்க்கெட்டில், கேஷ் மார்க்கெட்போல ஒரு நாளைக்கு இவ்வளவுதான் (5%, 10%, 20%) விலை உயர லாம், விலை இறங்கலாம் போன்றவை கிடையாது. வானமே எல்லை. (பாதாளமும்தான். மகாவிஷ்ணுவின் அடி நுனி

காணமுடியாது என்பது போலத்தான்!) ஷேர் கிடைக்காது என்கிற பேச்சு எப்போதாவதுதான் வரும் (விவரத்தைப் பின்னால் பார்க்கலாம்).

●

எங்கிருந்து வந்தது இந்த ஃபியூச்சர்?

கொஞ்சம் வரலாற்றைப் பார்ப்போம். ஃபியூச்சர் எனப்படும் எதிர்கால ஒப்பந்தங்கள் சில மேலை நாடுகளில் விவசாயத்திலிருந்து உருவானவை. அடுத்த மாதம் அல்லது ஆறு மாதம் கழித்து நான் கொடுக்கும் கோதுமைக்கோ அரிசிக்கோ பருப்புக்கோ, கிலோ இன்ன விலைக்கு வாங்கிக் கொள்கிறேன் என்று ஒரு வியாபாரி எழுதித்தருவதுதான் எதிர்கால ஒப்பந்தம் - ஃபியூச்சர் காண்டிராக்ட்.

அப்படி எழுதிக் கொடுத்துவிட்டால் அதன்படி நடக்க வேண்டும். அடுத்த மாதம் வேறு சிலர் நாம் போட்ட ஒப்பந்த விலையைவிடக் குறைவான விலையில் விற்றாலும், ஒப்பந்தத்தை முறிக்காமல் அதிக விலை கொடுத்து அந்த வியாபாரி வாங்கிக்கொள்ள வேண்டும். அதேபோல, இன்னும் நல்ல விலைக்கு வேறு ஒருவர் வாங்கிக் கொள்கிறேன் என்றாலும் விவசாயி அதை ஏற்காமல் ஒப்பந்த விலைக்கு விற்றாக வேண்டும்.

அதுதான் இந்த எதிர்கால ஒப்பந்தம். இரு தரப்பும் சொன்னபடிச் செய்யவேண்டும்.

இதை ஏன் செய்யத் தொடங்கினார்கள்? விவசாயிகள் தங்கள் விளைச்சலை சந்தைக்குக் கொண்டுபோகும் சமயத்தில்தான் அவர்களுக்கு தங்கள் பொருள்களுக்கான விலைகள் தெரிய வந்தது. விளைச்சல் அதிகமாக இருந்தால் விலை ஏகத்துக்கும் குறைந்தது. அதேபோல விளைச்சம் மோசம் என்றால் விலை எங்கோ வானத்துக்குப் பறந்தது.

இதனால் பல நேரங்களில் விவசாயிக்கும் நஷ்டம், அந்தப் பொருளை வாங்கி விற்கும் வியாபாரிக்கும் கஷ்டம். இதைப் போக்க வந்ததுதான் ஃபியூச்சர்ஸ் காண்டிராக்ட். எதிர்கால ஒப்பந்தத்தைப் போட்டபின் ஏற்படும் சிறுசிறு நஷ்டங்களை விவசாயியும் பொருட்படுத்துவதில்லை, வியாபாரியும் கண்டுகொள்வதில்லை.

| 34 |

விவசாயத்துக்கும் பங்குச்சந்தைக்கும் என்ன தொடர்பு? ஏன் இன்று நாம் விவசாய வர்த்தகத்தில் உருவான ஃபியூச்சர்ஸ் காண்டிராக்டை பங்குச்சந்தையில் பங்குகளுக்கும் பயன்படுத்து கிறோம்?

மீண்டும் விவசாயத்துக்கே போவோம். ஒரு விவசாயியின் நோக்கம் என்ன? அவரது விளைச்சலுக்கு குறைந்தபட்சம் ஒரு குறிப்பிட்ட அளவுக்காவது பணம் வரவேண்டும். அதற்குமேல் வந்தால் சந்தோஷம்தான். ஆனால் அதற்குக் கீழே போய்விடக் கூடாது.

அதேபோல ஒரு ஹோட்டல் வைத்திருப்பவரைப் பார்ப்போம். அவரைப் பொறுத்தமட்டில் அரிசி அவருக்கு ஒரு குறிப்பிட்ட விலைக்குக் கிடைத்தாக வேண்டும். ஏனெனில் அவர் அளவுச் சாப்பாட்டுக்கு இத்தனை ரூபாய் என்று முடிவுசெய்து அவரது ஹோட்டலில் விற்றுவருகிறார். திடீரென அதன் விலையை அதிகப்படுத்த முடியாது. எனவே அரிசி ஒரு கிலோ இந்த மாதம் மட்டுமல்ல, அடுத்த 12 மாதங்களுக்கும் அந்தக் குறிப்பிட்ட விலையில் வேண்டும். அதைவிடக் குறைந்தால் சந்தோஷம். ஆனால் நிச்சயம் அதைவிட அதிகம் ஆகக் கூடாது.

இவர்கள் இருவரும் ஒருவரை ஒருவர் நேரடியாகச் சந்திக்கப் போவதில்லை. அங்குதான் இடைத்தரகர்(கள்) வருகிறார்(கள்).

இந்த இடைத்தரகர்கள், ஸ்பெகுலேட்டர்கள். அடடா, அள்ள அள்ளப் பணம் - 1-ல் ஸ்பெகுலேஷனே கூடாது என்றோம் அல்லவா? ஆனால், உண்மையில் இந்த ஸ்பெகுலேட்டர்கள் இல்லாவிட்டால் ஃபியூச்சர்ஸ், ஆப்ஷன்ஸ் சந்தை நடை பெறுவது கடினம்.

மீண்டும் விவசாயச் சந்தைக்கு வருவோம். இந்த ஸ்பெகு லேட்டர் - இடைத்தரகர் - பார்க்கிறார். விவசாயியின் நிலை அவருக்குப் புரிகிறது. ஹோட்டல் நடத்துபவரது நிலையும் அவருக்குப் புரிகிறது. இரண்டு பக்கமும் லாபம் பார்த்து விடலாம் என்று அவர் நினைக்கிறார்.

விவசாயி எந்த விலைக்கு விற்க விரும்புகிறாரோ, அந்த விலைக்கு அவரிடமிருந்து வாங்குவதாக ஒப்பந்தம் போடு கிறார். இடைத்தரகரின் எண்ணம், பொது மார்க்கெட்டில் அந்த விலையைவிட அதிக விலையில் அரிசியை விற்கலாம் என்பது.

அதே நேரம் அவரோ அல்லது வேறு ஒரு இடைத்தரகரோ ஹோட்டல்காரரிடம் அவருக்கு விரும்பிய விலையில் அரிசியைத் தரச் சம்மதித்து ஒரு காண்டிராக்ட் போடுகிறார். இந்த இடைத்தரகரின் எண்ணம், எப்படியும் ஹோட்டல்காரர் விரும் பும் விலையைவிடக் குறைந்தவிலையில் பொதுச் சந்தையில் எங்காவது, எவராவது அரிசியை விற்கலாம் என்பது.

விவசாயி ஆடி, ஓடி தனக்கு எவ்வளவு அதிகம் விலை கிடைக்கும் என்று தேடுவதில்லை. வேண்டுமென்றால் அவர் தனது விளைச்சலைத் தீர்மானித்து, அதில் ஒரு பகுதியை குறைந்த ஒரு விலைக்கும், அடுத்த பகுதியை அதைவிட அதிக விலைக்கும் வைத்து ஒப்பந்தம் போடலாம். அதேபோல ஹோட்டல்காரரும் செய்யலாம்.

மொத்தத்தில் விவசாயி, ஹோட்டல்காரர், இடைத்தரகர்(கள்) என அனைவரும் இந்த முறையில் சந்தோஷமாகிறார்கள். இடைத்தரகர்கள் பணமாக லாபம் பார்க்கிறார்கள். விவசாயிக்கு குறைந்தபட்சம் பணம் பெறுவோம் என்ற சந்தோஷம். ஹோட்டல்காரருக்கு குறிப்பிட்ட விலைக்குமேல் அரிசிக்குப் பணம் கொடுக்கத் தேவையில்லை என்ற சந்தோஷம்.

சில தருணங்களில் இந்த மூவரில் சிலருக்கு நஷ்டமும் வருத்தமும் ஏற்படுவதுண்டு.

இப்பொழுது பங்குச்சந்தைக்கு வருவோம். சிலர் பங்குச் சந்தையில் குறிப்பிட்ட பங்குகள் விலை நிச்சயம் குறையும் என்று நினைப்பவர்கள். தங்களிடம் அந்தப் பங்குகள் இருந்தால் அவை ஒரேயடியாகக் கீழே சரிந்து நாசமாகிவிடுமோ என்று பயப்படுவார்கள். விவசாயியைப் போன்றவர்கள். நஷ்டத்தைக் குறைக்க விரும்புபவர்கள்.

சிலர் ஒரு சில பங்குகளின் மீது மோகம் வைத்துள்ளவர்கள். வாங்க விரும்புபவர்கள். ஆனால் அந்தப் பங்குகள் சடாரென விலை அதிகமாகுமோ என்று பயப்படுபவர்கள். ஒரு குறிப்பிட்ட விலைக்குள்ளாக அந்தப் பங்கை வாங்கிவிட விரும்புபவர்கள். ஹோட்டல்காரரைப் போன்றவர்கள்.

இவர்களுக்கு இடையே வருகிறவர்கள் இடைத்தரகர்கள் - ஸ்பெகுலேட்டர்கள்.

இருவரையும் சந்தோஷமடையச் செய்து அந்த சந்தோஷத்தின் ஊடாக லாபம் பார்க்க முடியுமா என்று நினைப்பவர்கள்.

ஒரு குறிப்பிட்ட கட்டத்துக்குப் பிறகு எந்தப் பங்கையும் கையில் வைத்திருக்காமலேயே இந்த மூன்று மனநிலை உள்ளவர்களும் எதிர்கால ஒப்பந்தத்தைச் செய்துகொள்கிறார்கள். இந்தப் பங்கு இந்த மாதம் இன்ன விலைக்குப் போகும் என்று ஒருவர் சொல்ல, மற்றொருவர் அதனை ஏற்கிறார். ஒருவர் ஒப்பந்தத்தை விற்க, மற்றொருவர் வாங்குகிறார். இது மாறி மாறி நடக்கிறது. ஒரு வரே விவசாயி மனநிலையில், ஹோட்டல்காரர் மனநிலையில் அல்லது இடைத்தரகர் மனநிலையில் மாறி மாறி நடந்து கொள்கிறார்.

இதைப்போல நூற்றுக்கணக்கானவர்கள், ஆயிரக்கணக்காணவர் களை ஒன்று சேர்த்தால் கிடைப்பதுதான் ஃபியூச்சர்ஸ் (பங்கு) மார்க்கெட்.

இந்த ஃபியூச்சர்ஸ் மற்றும் ஆப்ஷன்ஸுக்கு 'டெரிவேட்டிவ்ஸ்' என்ற பெயரும் உண்டு. டெரிவேட்டிவ்ஸ் என்றால் 'உருவாக்கப் பட்ட' என்று பொருள்.

மூன்றுவிதமான ஃபியூச்சர் காண்டிராக்டுகள்

ஃபியூச்சர்ஸில் வாங்கினால் எப்போது வேண்டுமானாலும் விற்றுக்கொள்ளலாம் என்று முன்பு குறிப்பிட்டிருந்தோம். அந்த 'எப்போது வேண்டுமானாலும்' என்பதற்கு ஒரு வரையறை, லிமிட் இருக்கிறது. அந்த வரையறை மூன்று விதங்களானது.

நாம் ஒரு நிறுவனத்தின் பங்கை 12.04.2016 அன்று ஃபியூச்சர்ஸில் வாங்குகிறோம் என்று வைத்துக்கொள்வோம். 'வாங்குங்கள்' என்று தரகரிடம் சொல்லும்போது, அல்லது இணையம் வழியாக நாமே வாங்கும்போது, எந்த மாதத்து காண்டிராக்டில் வாங்க வேண்டும் என்றும் சொல்ல வேண்டும்.

கேஷ் மார்க்கெட்டில் வாங்கினால், வாங்கும்போது இப்படிப் பட்ட வாய்ப்பு (Choice) இல்லை. ஆனால் ஃபியூச்சர்ஸில் வாங்கும்போது நமக்கு மூன்று சாய்ஸ்கள் உண்டு.

முதலாவது வாங்குகிற (ஏப்ரல்) மாத காண்டிராக்டாகவே வாங்கலாம். அல்லது ஏப்ரலுக்கு அடுத்த மாதமான மே 2016

காண்டிராக்டாக வாங்கலாம். அல்லது அதற்கும் அடுத்த மாதமான ஜூன் 2016 காண்டிராக்டாகவும் வாங்கிக் கொள்ளலாம்.

இவை ஒவ்வொன்றுக்கும் தனித்தனியான பெயர்கள் உண்டு.

எந்த மாதத்தில் வாங்குகிறோமோ, அந்த மாதத்து காண்டி ராக்டுக்கு 'கரண்ட் மன்த்' (Current Month) என்று பெயர். அடுத்த மாதத்து காண்டிராக்டுக்கு 'நெக்ஸ்ட் மன்த்' (Next Month) என்றும் அதற்கும் அடுத்த மாத காண்டிராக்டுக்கு 'ஃபார் மன்த்' (Far Month) என்றும் பெயர். சுலபமாக நினைவு வைத்துகொள்ளக்கூடிய பெயர்கள்தாம்.

இந்த மூன்று மாத காண்டிராக்டுகளுக்கும் இடையே என்ன வித்தியாசம்? முக்கிய வித்தியாசம், வாங்கியதை எப்போதைக் குள் விற்கவேண்டும் என்பதுதான். எந்த மாதத்து காண்டிராக்டாக வாங்குகிறோமோ, அந்த மாதத்துக்குள் முடித்துக்கொள்ளலாம் அல்லது முன்னதாகவும் முடித்துக்கொள்ளலாம். ஆனால் கட்டாய மாக, வாங்கிய மாதத்துக்கு மேல் வைத்திருக்க முடியாது.

நியர் மன்த் காண்டிராக்டை எடுத்துக்கொள்வோம். எந்த மாதத் தில் வாங்குகிறோமோ, அந்த மாதத்துக்குள்ளாகவே விற்று, கணக்கை முடித்துக்கொள்ளவேண்டும். ஏப்ரல் மாதத்து காண்டிராக்டில் வாங்கினோம் என்றால் ஏப்ரல் மாதத்துக்குள் முடித்துக்கொள்ள வேண்டும்.

அடுத்தது நெக்ஸ்ட் மன்த். வாங்குகிற மாதம் போக, அதற்கும் அடுத்த மாதத்துக்குள் கணக்கை நேர் செய்துகொள்ளவேண்டும். ஏப்ரலில்தான் வாங்குகிறோம். ஆனால் மே மாத (நெக்ஸ்ட் மன்த்) காண்டிராக்டில் வாங்கியிருக்கிறோம். அதனை (அதிகபட்சமாக) மே மாதம் வரை வைத்திருந்து பார்த்துவிட்டு விற்கலாம்.

மூன்றாவது, அதற்கும் அடுத்த, அதாவது வாங்குகிற மாதம் (ஏப்ரல்) போக, இன்னும் இரண்டு மாத கால அளவுள்ள காண்டிராக்டுகள் (மே, ஜூன்). இப்படி அடுத்த மாதங்கள் வரை வைத்திருந்து கணக்கை முடித்துக்கொள்ளலாம் என்று அனுமதித் திருப்பதால்தான், இதற்கு ஃபியூச்சர்ஸ் என்று (காரணப்) பெயர்.

வியாழக்கிழமை மகிமை

பொதுவாக மாதக்கடைசி என்றால் என்ன? முப்பதாம் தேதியோ அல்லது முப்பத்து ஒன்றாம் தேதியோதானே! (ஆமாம், பிப்ரவரி தவிரத்தான்.) ஆனால் பங்குச்சந்தையில், ஃபியூச்சர்ஸில்

மட்டும், மாதக்கடைசி என்றால் அது மாதத்தின் கடைசி நாள் அல்ல. அது மாதத்தின் கடைசி வியாழக்கிழமையைத்தான் குறிக்கும். அது இருபத்தி நான்காம் தேதியே கூட வரமுடியும்.

ஒருகால், ஏதாவது ஒரு மாதத்தின் கடைசி வியாழக்கிழமை விடுமுறை தினமாக அமைந்துவிட்டால்? அன்று பங்கு பரிவர்த்தனை நடக்காது என்றால்? அப்படியானால், அந்தக் கடைசி வியாழனுக்கும் முந்தைய டிரேடிங் நாள்தான், கடைசி நாள் ஆகக் கணக்கில் எடுத்துக்கொள்ளப்படும். சரி, எதற்காக இப்போது மாதக்கடைசி பற்றி பார்க்கிறோம் என்று சந்தேகம் வரலாம். அந்த வியாழக்கிழமைதான் D Day. அதாவது கடைசி நாள். Deadline day.

ஃபியூச்சர்ஸில் பங்குகள் வாங்கியவர்கள், எந்த மாதத்து காண்டி ராக்ட்டில் வாங்கினார்களோ அந்த மாதத்துக்குள் விற்க வேண்டும் என்று பார்த்தோமல்லவா? அந்த மாதத்துக்குள் என்றால், அந்த மாதத்தின் கடைசி நாளுக்குள். அதாவது கடைசி வியாழக்கிழமைக்குள் என்பது விதிமுறை. அன்றைக்குள் விற்றாக வேண்டும்.

அதே போல விற்று வைத்திருந்தால் (ஆமாம். கேஷ் மார்க் கெட்டில் பார்த்ததுபோலவே, வாங்குவதற்கு பதில் விற்றும் வைக்கலாம். விலை இறங்கும் என்று எதிர்பார்த்தால்) அன்றைக்குள் வாங்கிவிடவேண்டும்.

ஃபியூச்சர்ஸில், 'இந்த', 'அடுத்த', 'அதற்கும் அடுத்த' மாத காண்டிராக்டுகளில் வாங்கலாம் என்பதுபோலவே, இந்த மூன்று மாதங்களில் எதில் வேண்டுமானாலும், கையில் பங்கு இல்லாம லேயே விற்று வைக்கலாம். Yes, going Short-தான். விற்று வைப்பதால், நேர் செய்வதற்கு குறிப்பிட்ட நாளுக்குள் திரும்ப வாங்கிவிடவேண்டும்.

வாங்கியிருந்தால் விற்றும், விற்றிருந்தால் வாங்கியும் சரி செய்வது. அல்லது நேர் செய்வது.

அதனால்தான், இதனை ஆரம்பம் முதலே, கணக்கை நேர்செய்து கொள்வது என்று குறிப்பிட்டோம். அந்தந்த மாதத்து காண்டிராக்டுகள் அந்தந்த மாதத்துடன் முடித்துக் கொள்ளப்படவேண்டும். (கரண்டா? நெக்ஸ்ட்டா? ஃபாரா? என்பதைப் பொறுத்து.) எவராவது

தப்பித்தவறி அவர்களாக முடித்துக் கொள்ளாவிட்டால், தரகரே நடக்கிற ஏதோ ஒரு விலையில் நேர்செய்துவிடுவார். லாபமோ நஷ்டமோ, நம் கணக்கில் சேர்க்கப்படும்.

மாற்று வழி

'என்ன இது? வாங்கிவிட்டோம். விலை ஏறினால் விற்கலாம். ஆனால் கடைசி வியாழக்கிழமைக்குள் சில காரணங்களுக்காக விலை உயரவில்லை. போதாதற்கு விலை குறைந்தும் விட்டது. மார்க்கெட் லாட்டோ மிக அதிகம். இவ்வளவையும் குறைந்த விலைக்கு விற்றால், நிறைய நஷ்டம் வருமே என்று தோன்ற லாம். ஆனால் என்ன செய்ய? கணக்கை நேர் செய்துகொள்ளத் தானே வேண்டும்! அப்படியென்றால் குறைந்திருக்கும் விலை யில் விற்கத்தான் வேண்டும். நஷ்டம்தான். ஆனால் இதை இப்படியே விட்டுவிட முடியாது. நிச்சயம் விலை மீண்டும் உயரும் என்று தோன்றுகிறது.

இப்படித் தோன்றினால், என்ன செய்யலாம்?

அல்லது, வாங்கிய விலையைவிட, மாதக்கடைசி விலை கூடுதலாகவே இருக்கலாம். வாங்கியவர், விற்கத்தான் வேண் டும். விற்றுவிட்டார். இருந்தாலும், அந்தப் பங்கு இன்னும் கூட விலை உயரும் என்கிற நம்பிக்கை இருக்கிறது. நிச்சயம் இன்னும் விலை ஏறும் என்று தெரிகிற பங்கை விற்கவேண்டி இருக்கிறதே! என்ன செய்யலாம்?

அல்லது விற்று வைத்திருக்கிறவர்கள் அதனை மாதக்கடைசியில் வாங்கவேண்டும். ஆனால் இன்னும் விலை இறங்கும் என்கிற கணிப்பு இருக்கிறது. என்ன செய்யலாம்?

எல்லாவற்றுக்கும் ஒரே பதில்தான். 'ரோல் ஓவர்' (Roll Over) செய்யலாம். அதாவது, இந்த மாதத்தில் விற்றுவிட்டு அடுத்த மாதத்து காண்டிராக்டிலோ அல்லது அதற்கும் அடுத்த மாதத்து காண்டிராக்டிலோ வாங்கிக்கொள்ளலாம். இந்த மாதத்தில் விற்கும் விலையும், அதற்கு அடுத்த மாதங்களில் வாங்கும் விலையும் சின்ன வித்தியாசத்தில்தான் இருக்கும்.

உதாரணத்துக்கு அதே இன்போசிஸ். விலை உயரும் என ஏப் 2016 காண்டிராக்டில், ரூ.1,200 விலையில் வாங்கியாயிற்று. ஆனால் அதன் பிறகு அதன் விலை ஏறவேயில்லை. கிட்டத்தட்ட

வந்தால்கூட, நஷ்டமின்றி வெளியில் வந்துவிடலாம் என்றால், விலை ரூ.1,175-ஐத் தாண்டுவதாகத் தெரியவில்லை. மாதத்தின் கடைசி வியாழக்கிழமை நெருங்க நெருங்க, பயம் அதிகமாகிறது. பின்னே! விலை இன்னும் குறைந்தால் என்ன செய்வது என்கிற பயம்தான்.

வேறு வழியின்றி, 500 பங்குகளையும் ரூ.1,175-ல் விற்றாகி விட்டது. ரூ.1,200-ல் வாங்கியது. பங்கு ஒன்றுக்கு ரூ.25 நஷ்டம். 500 பங்குகளுக்கு ரூ.12,500. விட மனசில்லை. இன்போசிஸ் ஆயிற்றே, ஒரு மாதத்துக்குள்ளாக ரூ.1230 வரை விலை போயிருக்கிறது. மீண்டும் அந்த விலை போகாதா என்ன?

சரி. மே காண்டிராக்டில் என்ன விலை என்று பார்ப்பது. அது ரூ.1,180 ஆ? சரி. அதை வாங்கிவிடலாம். முன்பு வாங்கியதற்கு ஒரு தரகர் கமிஷன். விற்பதற்கு ஒன்று. மீண்டும் வாங்குவதற்கு ஒன்று. இருக்கட்டும். முன்பு வாங்கிய விலை ரூ.1,200. இப்போது விற்ற விலைக்கும் மீண்டும் வாங்கிய விலைக்கும் உள்ள வித்தியாசம் ரூ.5. அதையும் முன்பு வாங்கிய விலையுடன் சேர்த்தால், அடக்க விலை ரூ.1,205.

இருக்கட்டும். இன்னும் ஒரு முழு மாதம் இருக்கிறதே. அதற்குள் மீண்டும் விலை ரூ.1,205 வராதா? அப்படி, அவ்வளவு வரவில்லை என்றாலும் பரவாயில்லை. இப்போது வாங்கியுள்ள ரூ.1,180-ஐவிட அல்லது முன்பு விற்ற விலையான ரூ.1,175-ஐ விட, விலை கொஞ்சம் அதிகமாக வந்தால்கூட லாபம்தானே! அதாவது, நஷ்டம் குறைகிறது அல்லவா? அது போதும் என்பது போலத் தோன்றும்.

ஃபியூச்சர்ஸில் வர்த்தகம்

ஃபியூச்சர்ஸ் வாங்கும்போது மூன்று மாதங்களுக்கும் வெவ் வேறு விலைகளில் காண்டிராக்டுகள் இருக்கும் என்று பார்த் தோம். சில பங்குகளில் மூன்று மாத விலைகளுமே அதிக வித்தியாசம் இல்லாமல் இருக்கும். சிலவற்றில் நல்ல விலை வித்தியாசங்கள் இருக்கும்.

உதாரணம் பார்க்கலாமா?

13 ஏப்ரல் 2016 அன்று நடந்த விலைகள்:

பங்கு	காண்டிராக்ட் விலைகள்		
	ஏப்ரல்	மே	ஜூன்
டி.எல்.எஃப்.	122.60	122.90	120.00

வித்தியாசம் இருக்கிறது அல்லவா? இதுதான் ஃபியூச்சர்ஸில் கிடைக்கும் அனுகூலம். அதே தினம் கேஷ் மார்க்கெட்டில் என்ன விலை இருந்திருக்கும் என்று தெரிந்துகொள்ள ஆவலாக இருக்கும்!

அன்றைக்கு கேஷ் மார்க்கெட்டில் அதன் விலை: ரூ.118 - 124. அதாவது மிகவும் குறைவாக அன்று ரூ.118-க்கும், மிகவும் அதிகமாக ரூ.124-க்கும் போயுள்ளது. இடைப்பட்ட எல்லா விலைகளிலும் அன்று பரிவர்த்தனை நடந்துள்ளது.

அப்படி இருக்கும்போது, ஏன் ஜூன் மாதம் விலை அவ்வளவு குறைவு? அது சமயம் 'வங்கிப் பங்குகள் மோசம். இனி விலை ஏறாது' அல்லது 'விலை இறங்கும்' என்கிற எண்ணம் முதலீட் டாளர்களிடம் பரவலாக இருந்த கணிப்புதான் காரணம்.

இங்கே ஒரு பானை சோற்றுக்கு ஒரு சோறு பதம் பார்ப்பது போதாது. காரணம், இது அவியல் போல. பூசணிக்காய் வெந் திருக்கையில், கேரட் வெந்திருக்காது. அதனால் இன்னொரு உதாரணமும் பார்ப்போம்.

பங்கு	காண்டிராக்ட் விலைகள்		
	ஏப்ரல்	மே	ஜூன்
பேட்டா இந்தியா	541.85	540.75	519

என்ன இது, ஜூன் விலையில் மிகக் குறைவாக இருக்கிறதே என்கிற கேள்வி வருகிறதா? பதில் என்ன தெரியுமா? ஜூன் காண்டிராக்ட்டில் அதிகம் பேர் வர்த்தகம் செய்யவில்லை. அதனால் விலை குறைவு. இது அன்றைய தினத்தைப் பொறுத்தவரைதான். அடுத்த நாளே மாறலாம். விலை அதிகரிக்கலாம். அதிகரிக்காமலும் போகலாம்.

சரி இன்னொரு பங்கு பற்றிய விவரங்களையும் பார்க்கலாமா?

பங்கு	காண்டிராக்ட் விலைகள்		
	ஏப்ரல்	மே	ஜூன்
ஹீரோ மோட்டார்	3147	3160	3109

அடேயப்பா! மே மாத காண்டிராக்ட் ரூ.3169. ஏப்ரலைவிட, ரூ.13 அதிகம். அப்படியென்றால் ஹீரோ மோட்டார் கொஞ்சம் புல்லிஷ்தான் (Bullish).

அதுசரி, ஏன் ஏப்ரல் மாத விலையும் மே மாத விலையும் கிட்டத்தட்ட ஒரேபோல இல்லை?

எந்தத் தேதி நடந்த விலைகள் என்று பார்க்கலாம். ஏப்ரல் 13-ம் தேதி. தேதி சரி. ஃபியூச்சர்ஸில் கிழமையும் முக்கியமாயிற்று என்கிறீர்களா? படு உஷார்தான் நீங்கள்.

அன்று புதன்கிழமை. 13-ம் தேதி வருகிற புதன் என்றால், அதுதான் அந்த மாதத்தின் இடையில் வரும் புதன். அப்படி யென்றால் அதற்கும் அடுத்த நாள் மாதத்தின் கடைசி வியாழன் அல்ல. ஆகவே, விலைகளில் சிறிய அளவு வேறுபாடு.

சரி. இதுவரை பார்த்தது விலைகள். விலைகள் மட்டுமே சேதி சொல்வதில்லையே. அவற்றுடன் 'வால்யூம்' எனப்படும் எண்ணிக்கையும் சேரும்போது இடியுடன் கூடிய பெருமழை போலத்தான். அதனால் அதே தினம் பல்வேறு பங்குகளின் வால்யூம் என்ன என்றும் பார்க்கலாம். இங்கே வால்யூம் என்றால் லாட்டுகள் எண்ணிக்கைதான்.

பங்கு: டி.எல்.எஃப்   நாள்: 13 ஏப்ரல் 2016

மாதங்கள்	ஏப்ரல்	மே	ஜூன்
விலை	122.60	122.90	120
லாட்டுகள்	8596	148	0

இப்போது கூடுதல் விவரம் கிடைத்திருக்குமே! ஆமாம். ஜூன் விலை படு குறைவானாலும், விற்பனை ஆகியிருக்கும் லாட்டுகள் ஏதுமில்லை. ஏப்ரலுடன் ஒப்பிடுகையில் ஒன்றுமே இல்லை. ஆக 120 என்பதை சீரியசாக எடுத்துக்கொள்ள வேண்டாம்.

இது டி.எல்.எஃப். பங்கு பற்றிய விவரம். அதிகம்பேர் நுழையாத, பரிவர்த்தனை செய்யாத பங்கு. அதனால்தான் இப்படி என்று தோன்றுகிறதா? அப்படி இருக்கவேண்டும் என்பதில்லை.

இருப்பதிலேயே அதிக பிரபல்யமான, அதிக பரிவர்த்தனை

நடக்கும் பங்கு, சென்செக்ஸ் (BSE) மற்றும் நிஃப்டியில் (NSE) இருக்கும் பங்கு ஒன்றைப் பார்க்கலாமா?

வேறு எந்தப் பங்கு? எஸ்.பி.ஐ.தான்

பங்கு: எஸ்.பி.ஐ. **நாள்: 13 ஏப்ரல் 2016**

மாதங்கள்	ஏப்ரல்	மே	ஜூன்
விலை	192.80	192.35	192.70
வர்த்தகம் நடந்த லாட்டுகள்	20,559	880	38

போதுமா? சந்தேகம் தீர்ந்ததா? எஸ்.பி.ஐ. என்றாலுமே, Far month என்றால், நம்மவர்களுக்குப் பெரிய ஆர்வம் இல்லைதான்.

எஸ்.பி.ஐ. சரி... அவியல் தத்துவப்படி இன்னொரு பங்கையும் பார்த்தால் என்ன? அதற்கென்ன? தாராளமாக பார்த்து விடலாம். ரிலையன்சை விடவா ஒரு பங்கு இருக்க முடியும்?

பங்கு: ரிலையன்ஸ் இண்டஸ்டிரீஸ் **நாள்: 13 ஏப்ரல் 2016**

மாதங்கள்	ஏப்ரல்	மே	ஜூன்
விலை	1069	1074	1079
வர்த்தகம் நடந்த லாட்டுகள்	16641	588	64

இப்போது நிச்சயமாகியிருக்குமே, Far month ஒப்பந்தம் அவ்வளவாக நடப்பதில்லை என்று.

வரும் மாதம் ஒன்றில் இவ்வளவுதான் இருக்கும் என்று ஒரு விலை கொடுக்கிறார்களே, அது சரியாக வந்திருக்கிறதா என்று பார்க்கலாமா?

சரிதான். பார்த்துவிடலாம்.

பங்கு	13.04.2016 அன்று விற்ற காண்டிராக்ட் விலை	13.04.2016 அன்று கேஷ் மார்க்கெட் விலை
ரிலையன்ஸ்	1074	1016
இன்போசிஸ்	192	190
பேங்க் ஆஃப் இந்தியா	122	120

இது 2016, ஏப் மாதத்தின் ஒருநாள் விலையுடன் ஆன ஒப்பீடுதான். வெவ்வேறு தினங்களில் மாறலாம். நாம் என்றைக்கு கணக்கு முடித்துக் கொள்கிறோம், அல்லது ரோல் ஓவர் செய்கிறோம் என்பதைப் பொறுத்து மாறும். மாதத்துக்கு மாதம் விலை வித்தியாசமாக இருப்பது சரி. ஒரே தினத்துக்குள்? ஓ! இண்ட்ரா-டே தானே! அது இல்லாமலா? அதுவும் உண்டு.

நிலவும் அரசியல் பொருளாதாரப் பருவநிலை பொறுத்து, ஒரே தினத்தில் ஃபியூச்சர்ஸிலும் விலைகள் ஆடும், எகிறிக் குதிக்கும், குப்புற விழும்.

உதாரணங்கள்

13.04.2016 ஏப்ரல் காண்டிராக்ட்

பங்கு விலை	ஆரம்ப விலை	அதிகபட்ச விலை	குறைந்தபட்ச விலை	முடிவு
ACC	1453	1482	1453	1474
பேங்க் ஆப் இந்தியா	95.35	97.35	94.40	94.90
மாருதி	3627	3754	3617	3742
இன்போசிஸ்	1185	1199	1171	1176
ரிலையன்ஸ்	1057	1073	1057	1052
ஐஇஐஇஐ வங்கி	234	244	233	229

இதில் இருந்து நாம் என்ன புரிந்துகொள்ளலாம்? ஒரே நாளில் பல விலைகளில் நடக்கின்றன. அதனால் இண்ட்ரா-டே செய்து நல்ல லாபம் பார்க்கவும் முடியும். காரணம், இங்கே லாட் சைஸ் பெரியது.

சரி எப்பொழுது ஃபார் மன்த் காண்டிராக்ட் வாங்கலாம்?

நாம் எப்பொழுது ஒரு பங்கைக் கையிலேயே வைத்துக்கொள்வதற்காக (Investment), கேஷ் மார்க்கெட்டில் வாங்குவோம்? அந்தப் பங்கின் எதிர்காலம் பற்றி நல்ல நம்பிக்கை இருக்கும் போதுதானே?

அதேதான் இங்கேயும். முன்பு பார்த்த ரிலையன்ஸ் பெட்ரோலியம் உதாரணத்தையே பார்த்தால் காண்டிராக்ட் குறிப்பிடும்

போது அதன் விலை ரூ.192 தான். ரிசர்வ் வங்கி கடந்த ஓர் ஆண்டில் பணவீக்கம் காரணமாக இகீகீ மற்றும் வட்டி விகிதங்களைக் குறைத்து ஓரளவுதான் உயர்த்தி வந்திருக்கிறது. இனி தொடர்ந்து இறங்க வேண்டியதுதான். காரணம், தொடர்ந்து குறையும் பணவீக்கம் மற்றும் பொருளாதார வளர்ச்சியின் தேவைகள். அதனால் எல்லா வங்கிப் பங்கு களுக்குமே நன்மைதான். இந்தியாவின் மிகப் பெரிய வங்கியான எஸ்.பி.ஐ.யைக் கேட்கவா வேண்டும். வட்டி விகிதங்களில் இனி குறையத்தான் வேண்டும் ஒரு அனுமானம்.

எஸ்.பி.ஐ. இருக்கும் துறையோ வளரும் இந்தியாவின் வளர்ச்சிக்கு வழிகோல வேண்டிய துறை. பங்குச்சந்தையும் நன்றாக இருக்கிறது. பங்கின் விலையும் அதே சமயம் அதிகம் உயர்ந்துவிடவில்லை.

பிறகு என்ன? கேஷ் மார்க்கெட்டில் RPL-ஐ ஆயிரக்கணக்கில் வாங்கி வைத்துக் கொள்ளலாம். அல்லது அதன் எதிர்காலம், எதிர்கால விலை பற்றி சர்வ நிச்சயமாக இருக்கிறபோது அதனை ஃபியூச்சர்ஸில் வாங்கலாம். ஃபார் மன்த்தில் வாங்கலாம்.

அப்படி வாங்கினால் அடிக்கடி ரோல் ஓவர் செய்ய வேண்டாம். தரகர் கமிஷன் மட்டுமல்ல, கொஞ்சம் பதட்டமும் மிச்சம் ஆகும்.

வாங்குவதையும் ஒரே நாளில்தான் வாங்கவேண்டும் என்பது இல்லை. என்றைக்கு விலை குறைவாக இருக்கிறது என்று தொடர்ந்து பார்க்கலாம். அமெரிக்கப் பங்குச்சந்தைக் குறியீடுக ளான டவ் ஜோன்ஸ், நாஸ்டாக் அல்லது ஆசியப் பங்குச்சந்தைக் குறியீடுகளில் இறக்கம், பணவீக்கம் போன்ற நேரங்களில் மாதக்கடைசி F&O குளோசிங் போன்ற நேரங்களில் விலைகள் குறையும். அப்போது வாங்கலாம்.

ஆனால் செய்தி உடனடியாக பற்றிக் கொள்ளக்கூடியதாக இருந் தால் (பஜாஜ் ஆட்டோ டிமெர்ஜர்), நமக்குச் சரியான நேரத்தில் தெரிந்துவிட்டால், அப்போது காத்திருக்க வேண்டாம். செய்தியை வேகமாக உறுதி செய்துகொண்டு, உடனே வாங்கிவிடலாம்.

3 மாத காண்டிராக்டில் வாங்கியதை 3 மாத காண்டிராக்டில்தான் விற்க வேண்டும். ஆனாலும் அதை 3 மாதங்களுக்குள் எப்போது வேண்டுமானாலும் செய்யலாம்.

3

ஃபியூச்சர்ஸ் தரும் வாய்ப்புகள்

ஃபியூச்சர்ஸ் என்பது பங்குச்சந்தையில் பணம் செய்ய ஒரு வழி என்று பார்த்தோம். ஃபியூச்சர்ஸ் எந்த வகையில் டிரேடிங்க் அல்லது இன்வெஸ்ட்மெண்டைவிட வித்தியாசமானது என்று பார்த்தோம்.

ஆனால், இன்னமும் நமக்குச் சரியாகப் புரியவில்லை, ஏன் ஃபியூச்சர்ஸ் செய்யவேண்டும் என்று. இல்லையா? லாபம் கிடைக்கும் என்று தெரிகிறது. ஆனால் நஷ்டமும் கிடைக்கும் என்று தெரிகிறது. ஒருவர் எதற்காக ஃபியூச்சர்ஸ் செய்கிறார்?

விளக்கமாகப் பார்ப்போம்.

தேசியப் பங்குச்சந்தையில் 2001-ம் ஆண்டு முதல் ஃபியூச்சர்ஸ் டிரேடிங்க் நடக்கிறது. அப்படியென்றால் தேசியப் பங்குச் சந்தையில் பட்டியலிடப்படுள்ள எந்தப் பங்கையும் ஃபியூச்சர் ஸில் வாங்கலாமா, விற்கலாமா?

இல்லை. முடியாது.

பட்டியலிடப்பட்டுள்ள எல்லாப் பங்குகளுக்கும் இந்த வாய்ப்பு இல்லை. செபி என்றழைக்கப்படும் செக்யூரிட்டி எக்ஸ்சேஞ்ச் போர்ட் ஆஃப் இந்தியா (SEBI) வரைமுறைகளுக்குள் வரும் பங்குகளை மட்டுமே F&O-வில் பரிவர்த்தனை செய்யமுடியும். அவ்வப்போது, சில புதிய பங்குகள் இந்தப் பட்டியலில் சேர்க்கப்படும். வேறு சில விலக்கவும் படும்.

2006 டிசம்பர்வரை மொத்தம் 121 பங்குகள் F&O-ல் பரிவர்த்தனைக்கு அனுமதிக்கப்பட்டிருந்தன. ஜூன் 2007 வாக்கில் F&O-ல் மொத்தம் 186 பங்குகள் இருந்தன. பின்பு நவம்பர் 2007-ல் மொத்தம் 270 பங்குகள் இருந்தன. காலம் மாற மாற இந்த எண்ணிக்கை மாறலாம். இதுவே மார்ச் 2012-ல் 215 ஆக இருந்தது. ஏப்ரல் 2016-ல் 173ஆக மாறியது.

அதுசரி. ஏன் சில பங்குகளை மட்டும் ஃபியூச்சர்ஸில் பரிவர்த்தனை செய்ய அனுமதிக்கிறார்கள்? மற்ற பங்குகளுக்கு அந்த வாய்ப்பு ஏன் இல்லை?

ஒவ்வொரு பங்குச்சந்தை நிர்வாகமும், எந்தப் பங்குகளை F&O-ல் அனுமதிக்கலாம் என்று முடிவு செய்கிறது. இதனை பங்குச்சந்தை தன்னிச்சையாகச் செய்துவிடமுடியாது. எப்படிச் செய்யவேண்டும் என்கிற வழிமுறைகளை SEBI வகுத்திருக்கிறது. அதன்படித்தான் செய்யவேண்டும். இந்த வழிமுறைகளையும் காலச் சூழ்நிலைகளுக்கு ஏற்றபடி, செபி அவ்வப்போது மாற்றிக் கொண்டேயிருக்கும். அவற்றைத் தனது சுற்றறிக்கைகள் மூலமாகத் தெரிவிக்கும்.

செபியின், செப்டெம்பர் 22, 2006 வழிகாட்டுதலின்படி இருக்கும் வழிமுறைகள் கீழே.

- எந்தப் பங்குகள் தினசரி பங்கு வர்த்தகத்தில் முன்னணியில் (முதல் 500-க்குள்) இருக்கின்றனவோ அவை. அதாவது அதிகமாக டிரேட் ஆகும் பங்குகள்.
- எவற்றின் வாங்கும், விற்கும் ஒரு ஆர்டரின் அளவு சராசரியாக, குறைந்தது ரூபாய் ஒரு லட்சமாவது இருக்கிற பங்குகள். (Median quarter Sigma எனப்படும் ஒருவித சராசரியை இதற்குப் பயன்படுத்துகிறார்கள்.)

புதியதாக ஒரு பங்கு, சந்தைக்கு வருகிறது. அது கேஷ் மார்க்கெட்டில் பட்டியல் இடப்படும்போதே, ஃபியூச்சர்ஸ்

மார்க்கெட்டிலும் பட்டியலிடப்படுமா? அதற்கு வாய்ப்பு உண்டா? உண்டு. அதன் நிகர வெளியீடு ரூ.500 கோடிக்கும் அதிக மாக இருந்தால். ஐடியா செல்லுலார், DLF போன்ற நிறுவனப் பங்குகள் அப்படித்தான் ஒரே நேரத்தில் இரண்டு சந்தைகளிலும் (கேஷ் மற்றும் F&O) பட்டியல் இடப்பட்டன.

சரி. ஒரு நிறுவனத்தின் பங்கு தகுதி பெற்று, ஃபியூச்சர்ஸுக்குள் நுழைந்துவிட்டால், அதன்பின் தொடர்ந்து அங்கேயே இருக்க முடியுமா?

முடியும். அதற்கு அந்த நிறுவனத்தின் பங்குகள் விற்பனை (Market wide position limit) ஐம்பது கோடிக்கும் குறைவில்லாமல் இருக்க வேண்டும். நிறுவனத்தின் புரோமோட்டர் அல்லாதவர்களிடம் (Non Promoters) இருக்கும் பங்குகளின் எண்ணிக்கையில் 20% அளவுக்காவது தினசரி வர்த்தகம் இருக்கவேண்டும். தொடர்ந்து 3 மாதங்களுக்கு இப்படிப்பட்ட கட்டாயங்கள் நிறைவேற்றப் படாவிட்டால், அந்த நிறுவனங்களின் பங்குகள் ஃபியூச்சர்ஸில் இருந்து வெளியேற்றப்படும்.

இதிலிருந்து ஒன்றை மட்டும் நிச்சயம் தெரிந்துகொள்ளலாம். ஒரு பங்கு ஃபியூச்சர்ஸில் இருக்கிறது என்றால், அது முதலீட்டாளர்கள் மற்றும் வர்த்தகர்களின் கவனத்தைக் கவர்ந்தது என்று பொருள். அது அதிகமாக வாங்கவோ விற்கவோ படுகிறது. அதிக லிக்விடிட்டி (High Liquidity) இருக்கிற பங்கு என்றும் பொருள்.

அதனால்தான் சில பங்குகளை ஃபியூச்சர்ஸில் லிஸ்ட் செய்யப் போகிறார்கள் என்கிற தகவல் வந்ததுமே அவற்றின் விலைகள் கேஷ் மார்க்கெட்டில் ஏறத் தொடங்கும்.

உதாரணத்துக்கு ஹிந்துஜா TMT பங்குகள். ஏப்ரல் 25, 2006 என்கிற ஒரு தினத்தில் மட்டும் அந்தப் பங்கின் விலை 12% உயர்ந்து. (ரூ.649-ல் இருந்து ரூ.740.) கேஷ் மார்க்கெட்டில் வர்த்தகமான ஹிந்துஜா TMT பங்குகளின் எண்ணிக்கையும் கணிசமாக உயர்ந்தது. பத்து லட்சம் பங்குகள் வர்த்தகம்.

காரணம் 27-ம் தேதி வந்த அறிவிப்பு. 29-ம் தேதி முதல் ஹிந்துஜா TMT பங்குகள் F&O-விலும் வர்த்தகம் ஆகும் என்று வெளியான அறிவிப்பு. இப்படித்தான் முதலீட்டாளர்களும் வர்த்தகர்களும், சில பங்குகள் ஃபியூச்சர்ஸ் பட்டியல் இடப்படுவதை நல்ல விஷயமாகப் பார்க்கின்றனர்.

இப்பொழுது நமது ஆரம்பக் கேள்விக்கு வருவோம். ஒருவர் எதற்காக ஃபியூச்சர்ஸ் செய்கிறார்?

பலருக்கும் ஃபியூச்சர்ஸ் பற்றித் தெரியாமல் இருக்க, சிலர் மட்டும் ஏன் விடாமல் ஃபியூச்சர்ஸில் பரிவர்த்தனை செய்து கொண்டே இருக்கிறார்கள்? அவர்களின் அணுகுமுறை மற்றும் எதிர்பார்ப்புகள் என்ன?

பல காரணங்கள் இருக்கின்றன. ஒவ்வான்றாகப் பார்க்கலாம்.

1. கையில் இருக்கும் பணத்துக்கு கேஷ் மார்க்கெட்டில் செய்யக் கூடியதைவிட அதிகமாகவே வியாபாரம் செய்யலாம்.

இதுதானே பெரும்பாலானவர்களின் ஆசை! கையில் 60,000 ரூபாய் இருக்கிறது. நன்றாக விலை ஏறும் என்று தாங்கள் நினைக் கிற பங்கை கேஷ் மார்க்கெட்டில் வாங்கினால், உதாரணத்துக்கு ரூ.1200 விலை கொண்ட இன்ஃபோசிஸ் பங்கு என்றால் 50 பங்குகள் வாங்கலாம். மூன்று மாதங்களில் விலை ரூ.1,400 போகும் என்று ஒருவர் கணிக்கிறார் என்றால், அவருடைய எதிர்பார்ப்புப்படி, பங்கு ஒன்றுக்கு 200 ரூபாய் வீதம் வாங்கிய 50 பங்குகளுக்கும் 10,000 ரூபாய் லாபம் கிடைக்கும். இதுவே நல்ல கணிசமான லாபம்தான்.

ஆனால் இப்படி ரூ.200 விலை உயரும் என்று அவருக்கு நிச்சய மாகத் தெரிகிறது, கையில் 60,000 ரூபாய் இருக்கிறது. அதே பணத்தை ஃபியூச்சர்ஸில் போட்டால் என்ன என்று தோன்றுகிறது. ஃபியூச்சர்ஸில் இன்போசிஸ் பங்கு இருக்கிறது. மார்க்கெட் லாட் 500. ஆனால், ஐநூறுக்கும் அவர் பணம் கட்ட வேண்டாம். மார்ஜின் மணி கட்டினால் போதும். தரகரிடம் கேட்கிறார். தரகர் ரூ.65,000 மார்ஜின் வேண்டும் என்கிறார். இவர் கையில் 60,000 ரூபாய்தான் இருக்கிறது.

பங்குத்தரகர் சொல்லுகிறார், 'பரவாயில்லை. குறைகிற ரூ.5,000 பணத்துக்கு, நீங்கள் உங்களிடம் இருக்கும் வேறு எதேனும் நல்ல பங்கை செக்யூரிட்டியாக (அடமானமாக) கொடுக்கலாம்' என்று. ஆமாம் ஃபியூச்சர்ஸுக்கு மார்ஜின் கட்ட, முழுவதும் பணம்தான் தேவை என்று இல்லை. தங்கள் வசமிருக்கும் பங்குகளையும் ஒரு பகுதியாகக் கொடுக்கலாம். இதன் பெயர் செக்யூரிட்டி. இதில் இரண்டு விஷயங்களைக் கவனிக்க வேண்டும்.

ஒன்று, பணத்துக்கு பதிலாக பங்குகளை ஒரு பகுதியாகத்தான் தேசியப் பங்குச்சந்தை அனுமதிக்கிறது. எவ்வளவு என்பது அவ்வப்போது மாறும். விசாரித்துத் தெரிந்துகொள்ள வேண்டும். இரண்டாவது, ஏதாவது ஒரு பங்கை செக்யூரிட்டியாக எடுத்துக் கொள்ள மாட்டார்கள். அடமானம் வாங்குகிற பொருளே விற்க முடியாத பொருளாக இருந்துவிட்டால்? அதனால்தான். எந்தெந்தப் பங்குகளை செக்யூரிட்டியாக எடுத்துக் கொள்வார்கள் என்ற பட்டியலும் அவ்வப்போது மாறும்.

இப்படியாக ஒருவர் கையில் ரூ.60,000 வைத்துக்கொண்டு, ஒரு லாட் (500) இன்போசிஸ் பங்குகளை மூன்று மாத காண்டி ராக்ட்டில் வாங்குகிறார். முன்பு பார்த்தது போலவே, ஒரு பங்கின் விலை ரூ.1,200-ல் இருந்து ரூ.1,400 ஆகிவிடுகிறது.

அவருக்கு ஒரு பங்குக்கான லாபம் ரூ.200. அவரிடம் ஃபியூச்சர் ஸில் இருக்கும் 500 பங்குகளுக்கு ஒரு லட்சம் லாபம். இதுதான் ஃபியூச்சர்ஸ் பலரையும் இழுக்கும் ரகசியம். லாட் லாட்டாகப் பணம் பார்க்கலாம் என்பது அவர்களின் எண்ணம்.

இப்படி எல்லா நேரமும் ரூ.200 தான் விலை உயரவேண்டும் என்பது இல்லை. பங்கு ஒன்றுக்கு வெறும் ரூ.20 உயர்ந்தால்கூடப் போதுமானதுதான். அதுவே 5,00 பங்குக்கு ரூ.10,000 ஆயிற்றே!

இன்போசிஸ், அதன் அதிக விலை (ரூ.1,200) காரணமாக மார்க் கெட் லாட் 500 என்று இருக்கிறது. விலை குறைவான பங்கு களின் மார்க்கெட் லாட்டுகள் மிகவும் அதிகமாக இருக்கும். உதாரணத்துக்கு ஆந்திரா சிமெண்ட் பங்குகள். சுமார் ரூ 13 க்கு விற்ற அதன் மார்க்கெட் லாட் 8000 பங்குகள்.

ஃபியூச்சர்ஸ் பிரமாதம் என்று சொல்பவர்கள், என்ன காரணம் சொல்கிறார்கள் தெரியுமா? ஃபியூச்சர்ஸில் வாங்கியபிறகு அந்தப் பங்கு விலை ஒரு ரூபாய் உயர்ந்தால்கூடப் போதுமே, நல்ல லாபம் கிடைத்துவிடுமே என்பதுதான்.

இது சரியா? சரிதான். அப்படியானால் இதில் இறங்கிச் செய்யலாமா? கொஞ்சம் பொறுங்கள். நாம் இப்போதைக்குப் பார்த்துக் கொண்டிருப்பது, 'ஏன் ஃபியூச்சர்ஸில் வியாபாரம் செய்யலாம்?' என்கிற தரப்பின் வாதங்களை. எந்த நாணயத்துக் கும் இரண்டு பக்கங்கள் உண்டு, அல்லவா? இதிலும் இன்னொரு தரப்பு இருக்கிறது. ஃபியூச்சர்ஸ் எப்படி பிரச்னை தரும் என்கிற

தரப்பு வாதங்கள். அவர்களின் வாதங்களை அடுத்த அத்தியாயத்தில் பார்க்கப் போகிறோம். இரண்டு தரப்பு வாதங்களையும் கேட்டுவிட்டு, நிதானமாக ஒரு முடிவுக்கு வரலாம்.

ஆக, முதல் காரணம், இருக்கும் பணத்துக்கு நிறைய லாபம் பார்ப்பது. இது சாத்தியம்தான்.

2. கேஷ் மார்க்கெட்டில் இல்லாத ஒரு வாய்ப்பு ஃபியூச்சர்ஸில் இருக்கிறது. அதுதான், முன்கூட்டியே பங்குகளை விற்றுவிட்டு, பின்பு குறைந்த விலையில் வாங்கி லாபம் பார்க்கும் முறை.

இதனை கேஷ் மார்க்கெட்டில் செய்யமுடியாது. விற்றால் அன்றே டெலிவரி கொடுத்தே ஆகவேண்டும். இல்லாவிட்டால் 'கவர்' (Cover) ஆகிவிடும். கவர் ஆவதென்றால், நாம் விற்று விட்டுக் கொடுக்காத டெலிவரிக்காக, வேறு எவரிடமிருந்தாவது, கிடைக்கும் விலைக்கு ஏலத்தில் வாங்கிவிடுவார்கள். அதனால் ஏற்படும் நஷ்டம் டெலிவரி கொடுக்கத் தவறிய வருக்குத்தான்.

கையில் பங்கு இல்லாமலேயே கேஷ் மார்க்கெட்டில் விற்பதற்கு இரண்டு வழிகள் இருக்கத்தான் செய்கின்றன. ஒன்று, இண்ட்ரா-டே (Intra Day). இரண்டாவது லோன் ஏற்பாடு.

என்றைக்குப் பங்கை விற்கிறோமோ அன்றைய தினமே திரும்ப வாங்கிச் சரிசெய்ய வேண்டும். இதுதான் இண்ட்ரா-டே. நல்லது தானே என்று தோன்றுகிறதோ? அதில் இரண்டு சிரமங்கள் இருக்கின்றன.

முதல் சிரமம், சில நேரங்களில் விற்க முடிந்ததை அன்றைய தினமே வாங்க முடியாமல் போகலாம். ஆமாம், நாம் விற்ற பிறகு அன்றைக்கே அது பையர் ஃப்ரீஸ் (Buyer Freeze) ஆகி விடலாம்.

அப்படியென்றால் நாம் விற்ற பிறகு, அதனைத் திரும்ப வாங்கமுடியாமல் போய்விடலாம். நமக்கு விற்பதற்கு வேறு எவரும் இல்லாத நிலை. பிறகு எப்படி வாங்குவதாம்? முடியாது. அதனால் அது நிச்சயம் கவர்தான் ஆகும். சில நல்ல பங்குகள், தொடர்ந்து சில நாள்களுக்குமேல் கூட, 'பையர் ஃப்ரீஸ்' ஆகும். (அதைப்போய் கையில் இல்லாமல் விற்றுவைப்பது என்பது எவ்வளவு புத்திசாலித்தனம்!).

அப்படி எல்லாப் பங்குகளுக்கும் ஆகாது. பையர் ஃப்ரீஸ் வேண்டுமானால் ஆகாமல் போகலாம். ஆனால் விலை ஏறாமல் போகும் என்று சொல்ல முடியுமா? முடியாது. விலை ஏறுவதும் இறங்குவதும் பங்குச்சந்தையில் சாதாரணம். நாம் விற்று வைத்தபின் விலை ஏறிவிட்டால் நாம் கூடுதல் விலைக்கு வாங்கிக் கொடுத்துத்தான் ஆகவேண்டும். வேறு வழியில்லை. ஆக முதலில் விற்று (Short போய்) பின்பு வாங்கியதில் நஷ்டம்தான்.

ஆனால் ஃபியூச்சர்ஸில் இந்தப் பிரச்னை கிடையாது. விற்று வைக்கலாம். ஆனால் இண்ட்ரா-டே போல அன்றைக்கே வாங்கி யாக வேண்டும் என்று அவசியமில்லை. முன்பு பார்த்ததுபோல நாம் வாங்கியிருக்கும் காண்டிராக்டுக்கு ஏற்றார்போல, அந்த மாதத்தின் கடைசி வியாழக்கிழமைக்கு உள்ளாகவோ, அடுத்த இரண்டு மாதங்களுக்குள்ளாகவோ வாங்கி நேர் செய்தால் போதும்.

அடுத்து, கையில் பங்கு இல்லாமலேயே அதை விற்கும் இரண் டாவது முறை, லோன் முறை.

சில பெரிய நிறுவனங்களும் முதலீட்டாளர்களும், தங்களிடம் இல்லாத பங்குகளைக்கூட, விலை இறங்கும் என்று அவர்கள் கணித்தால், கேஷ் மார்க்கெட்டில் விற்பார்கள். வேறு எவரிட மாவது இருந்து, அதே பங்குகளைக் கடன் வாங்கி மார்க்கெட்டில் டெலிவரி கொடுத்துவிடுவார்கள். அப்படிக் கடனாகப் பங்கு களைக் கொடுப்பவர்களுக்கு ஒரு கட்டணம் கொடுக்க வேண்டும். இல்லையா, பின்னே?

பின்பு அவர்கள் நினைத்த விலை வந்ததும் (விலை இறங்கிய தும்), அதே பங்குகளை சந்தையில் வாங்கி, கடன் கொடுத்தவர் களிடம் திருப்பிக் கொடுத்துவிடுவார்கள். இப்படிக் கடன் கொடுப்பதும் வாங்குவதும் நடக்கத்தான் செய்கிறது.

ஆகஸ்ட் 2007-ல் FII-க்களும் சந்தையில் ஷார்ட் செல் (Short Sell) செய்யலாம் என்று செபி அனுமதித்தது. அதற்கு முன்னர் அவர்களால் கேஷ் மார்க்கெட்டில் இப்படி ஷார்ட் செல்லிங்க் செய்யமுடியவில்லை. அவர்கள் ஃபியூச்சர்ஸ் மார்க்கெட்டில் தான் இதைச் செய்துவந்தனர். இப்பொழுது FII-க்கள், லோன் முறையிலும் இண்ட்ரா-டே முறையிலும் ஷார்ட் செல்லிங்க் செய்கின்றனர்.

இந்த இரண்டு முறைகள் இல்லாமலேயே, அதாவது பிரச்னைகள் இல்லாமலேயே, ஃபியூச்சர்ஸில் ஷார்ட் செல்லிங் செய்யலாம்.

ஏதோ சில காரணங்களால் குறிப்பிட்ட பங்கின் விலை குறையும் என்று எதிர்பார்த்தால், அந்த நிறுவனத்தின் பங்குகளை ஃபியூச்சர்ஸில் விற்றுவைக்கலாம். கால அவகாசம் இருப்பதால், என்றைக்கு இறங்குகிறதோ அன்று வாங்கிவிடலாம்.

எவ்வளவு விற்கலாம் என்பது பற்றி நமக்கு இப்போது தெரியும். ஆமாம், மார்க்கெட் லாட்களில்தான். சிலர் இன்போசிஸ் பங்குகளை ரூ.1,200 ல் விற்றிருக்கலாம். பின்பு ரூ.1,000 வந்ததும் வாங்கி இருக்கலாம். இப்போதும் பங்கு ஒன்றுக்கு ரூ.200 லாபம்தான்.

இரண்டிலும் ஒரே அளவு வாய்ப்புகள்தான். படிக்கட்டில் மேலே ஏறியும் காசு பார்க்கலாம். அல்லது கீழே இறங்கியும் காசு பார்க்கலாம். விலை ஏறப் போகிறதா, அல்லது இறங்கப் போகிறதா என்பதைச் சரியாக கணிக்கத் தெரிந்துவிட்டால் பணம் பண்ணும் வழிதான் இது. வாங்கிவைத்துவிட்டு நினைத்த விலை வரா விட்டால், ரோல் ஓவர் செய்வது போல, இதிலும் ரோல் ஓவர் செய்யலாம்.

ஒவ்வொரு ரோல் ஓவர் போதும் விலைகளில் வித்தியாசம் இருக்கலாம். சிலர் தரகர்களிடம் சொல்லிவைத்து, விற்று வாங்கும் அல்லது வாங்கி விற்கும் மாதங்களின் விலைகள் நெருக்கமாக இருக்கும்போது (ஒன்றுக்கு ஒன்று பெரிய வித்தியாசம் இல்லாதபோது) ரோல் ஓவர் செய்து கொள்ளுவார்கள்.

அதே பழைய இன்போசிஸ் உதாரணத்தினையே எடுத்துக் கொள்வோம். விலை ஏறும் என்று நினைக்கும் காளைகள் போலவே, 'அடடா! இதெல்லாம் ரொம்ப ஓவர். இதன் விலைகள் பின்னால் நிச்சயம் இறங்கும்' என்று நினைக்கும் கரடிகளும் இருக்கிறார்கள் அல்லவா?

காளை, கரடி கூட வேண்டாம். அனலிஸ்ட்டுகள் இருக்கிறார்கள். பங்குகளின் ஜாதகம் பார்ப்பவர்கள். 'இது ஏறுமுகம், இது இறங்குமுகம்' என்று கணிப்பவர்கள். நிறுவனத்தின் இந்த அளவு சம்பாத்தியத்துக்கு, இவ்வளவு விலைதான் தகும் என்று கணக்கு போட்டு, மற்றவர்களுக்குச் சொல்பவர்கள். இவர்

களுக்கு விலைகள் எந்தப் பக்கம் போகும் என்று முன்கூட்டியே தெரியும். இவர்கள் மூலம் இன்னும் சிலருக்கும் முன்கூட்டியே தெரியும்.

விலை நிச்சயம் இறங்கப்போகிறது என்று தெரிந்தால், அந்தத் தகவலை வைத்து காசு பார்க்கத்தானே பங்குச்சந்தை. உடனே விற்பார்கள். நடக்கும் விலைக்கு. அது, கரண்ட் (நடக்கும்) அல்லது நெக்ஸ்ட் (அடுத்த) அல்லது ஃபார் (அதற்கும் அடுத்த) மாத காண்டிராக்டாக இருக்கலாம். எப்போதைக்குள் இறங்கும் என்று நினைக்கிறார்களோ, அதை ஒட்டி காண்டிராக்ட் போடு வார்கள்.

அதன் பிறகு அவர்கள் எதிர்பார்த்தது போலவே விலை இறங்க, சந்தோஷமாக விற்றதை வாங்கி நேர் செய்துகொண்டுவிடு வார்கள்.

2016 பிப்., மார்ச் மாதங்கள் முழுக்க வந்த என்.பி.ஏ., (Non Performimg Assets எனப்படும் வராமல்போன கடன்களின் அளவு) பற்றிய தகவல்கள் கவலை அளிப்பதாக இருந்தன. என்.பி.ஏ. அதிகரித்தால், என்ன ஆகும்? வங்கிகளின் லாபம் குறைவது மட்டுமல்ல. நட்டம் ஏற்படும். இந்தப் பின்விளைவுகள் தெரிந்தவர்கள், என்.பி.ஏ., பற்றிய தகவல் வெளியானதுமே, ஃபியூச்சர்ஸ் மார்க்கெட்டில், வங்கிப் பங்குகளை விற்றார்கள். முன்பு பார்த்தோமே பேங்க் ஆஃப் இண்டியா, அந்தப் பங்கு மற்றும் SBI உட்படப் பொதுத்துறைப் பங்குகளை அதிகம் விற்றார்கள்.

பேங்க் ஆஃப் பரோடா பங்குகளின் மார்க்கெட் லாட் 3,100 என்று பார்த்தோமல்லவா? சுமார் ரூ.165 இருந்த அந்தப் பங்கின் விலை ஒரு மாதத்துக்குள் ரூ.118 என்கிற அளவே வந்தது. (அதுதான் அதன் குறைந்தபட்ச விலை. அதன் பிறகு உயர்ந்துவிட்டது.)

ரூ.165 கூட வேண்டாம். ரூ.160-ல் ஒருவர் முன்கூட்டியே பேங்க் ஆஃப் பரோடா பங்குகளை ஃபியூச்சர்ஸ் மார்க்கெட்டில் ஒரு லாட் விற்றிருக்கிறார் என்று வைத்துக்கொள்வோம்.

அடுத்து என்ன செய்வார்? விலை இறங்குவதற்காகக் காத்திருப் பார். விலை ரூ.155. சந்தோஷப்படுவார். இந்த விலை இறக் கத்துகே அவருக்கு 3,100 x 5 வீதம் ரூ.15,500 லாபம் என்கிற நிலை. சில ஜாக்கிரதைப் பேர்வழிகள், இதுபோதும் என்று கணக்கை

முடித்துக் கொண்டுவிடுவார்கள். லாபம் அவர்கள் கணக்கில் வரவு வைக்கப்படும்.

இன்னும் சிலர், 'எனக்குத் தெரிந்துதானே செய்தேன். இது ஆரம்பம்தான். இன்னும் விலை இறங்கும், பாருங்களேன்' என்று கையைக் கட்டிக்கொண்டு மர்மப் புன்னகையுடன் காத்திருப்பார்கள்.

விலை இறங்கியது (அந்த சமயம்). இறங்கி இறங்கி ரூ.145-க்கு வந்தது. போதும் இது என்று சிலர் வெளியேறியிருக்கலாம். ஷேர் ஒன்றுக்கு ரூ.15 லாபம். அப்படியென்றால் 3,100 லாட்டுக்கு? ரூ.46,500 லாபம். அடேயப்பா!

எவரேனும் சரியாக ரூ.118-க்கு ஃபியூச்சர்ஸ் லாட்டில் வாங்கி னார்களா என்று நமக்குத் தெரியாது. ஆனால் ரூ.160-ல் விற் றிருந்து சரியாக ரூ.118-ல் திரும்ப வாங்கியிருந்தால்? 42 x 3100 தான். ஆமாம் ரூ.1,30,200 லாபம்தான். யெஸ். இது ஒரு லாட்டுக் குத்தான்.

சிலர் ஒன்றுக்கு மேற்பட்ட லாட்டுகளும் வாங்குகிறார்கள். ஒரே சமயம், தங்கள் சக்திக்கு ஏற்ப, 2 அல்லது 5 அல்லது 10 லாட்கள்கூட வாங்கலாம். எல்லாவற்றுக்கும் மார்ஜின் மணி, பணம் கட்டத் தயாராக இருந்தால். அப்படிப் பார்த்தால் இரண்டு லாட்டுக்கு கிட்டத்தட்ட 2 லட்சத்து அறுபதாயிரம் ரூபாய்.

3. ஹெட்ஜ் செய்வதற்காக ஃபியூச்சர்ஸ்

ஹெட்ஜிங் (Hedging) என்கிற வார்த்தையைக் கேள்விப்பட்டு இருக்கலாம். ஹெட்ஜிங் என்றால் தங்களது ரிஸ்கைக் குறைப்ப தற்காகச் செய்யும் ஒரு நடவடிக்கை என்று பொருள் சொல்லலாம்.

பங்குச்சந்தைக்கும் தங்கத்துக்கும் உலக மார்க்கெட்டில் ஒருவித உறவு உண்டு என்பார்கள். காலங்காலமாக இருந்துவரும் உறவு. பங்காளி உறவு. புரிந்து இருக்குமே. ஆமாம் உறவல்ல, பகை. இவர் வலது பக்கம் போனால், அவர் இடது பக்கம் போவார் என்பது போல.

எப்போதெல்லாம் பங்குகளுக்கு உலகச் சந்தையில் பிரச்னைகள் வருகின்றனவோ (போர், இயற்கைச் சீரழிவுகள், பொருளா தாரச் சுணக்கம், வீழ்ச்சிகள்), அப்போதெல்லாம் தங்கத்தின் விலை உயரும். இது முன் எப்போதுமே நடந்திருக்கிறது.

ஏன் இப்படி நடக்கிறது? பங்குச்சந்தையில் கூடுதல் லாபம் வேண்டும் என்றுதான் முதலீடு செய்கிறார்கள். ஆனால் சில சமயங்களில், அங்கே எதுவுமே நிச்சயம் இல்லாததுபோல ஆகிவிடுகிறது. இந்தப் பிரச்னையே வேண்டாம் என்று அதிலிருந்து முதலீட்டாளர்கள் வெளியேறுகிறார்கள். வெளியேறியாகிவிட்டது. அதனால் கையில் பங்குகளை விற்ற பணம் கணிசமாக இருக்கிறது. வேறு எங்காவது முதலீடு செய்தாக வேண்டுமே!

என்ன செய்யலாம்? மேலே குறிப்பிடப்பட்ட எந்த பிரச்னையாலும் பாதிக்கப்படாத தங்கத்தில் முதலீடு செய்யலாம் என்று தோன்றும். காலங்கள் தாண்டி, தேசங்கள் தாண்டி, எப்போதும் தங்கம்தான் 'சேஃப்' (Safe) என்கிற எண்ணம் உலகில் பல முதலீட்டாளர்களிடமும் எப்போதுமே உண்டு.

அதனால்தான், 'பங்குச்சந்தை இறக்கமா? தங்கத்தை வாங்கு' என்கிற அணுகுமுறை. இதையே இன்னொரு விதமாகவும் செய்வார்கள். பங்குச்சந்தைக்கு ஏதும் சிரமம் வந்துவிடவில்லை. பார்க்கப்போனால் பங்குச்சந்தை தொடர்ந்து உயர்ந்து வரும் நேரமாகவும் இருக்கலாம். அப்போது உஷாரான முதலீட்டாளர்களின் மனநிலை எப்படி இருக்கும் தெரியுமா?

'நிறைய பணத்தைப் பங்குகளில் போடுகிறோமே! ஏதாவது காரணத்தால் பங்குச்சந்தை பெரியதாக வீழ்ச்சி அடைந்தால் என்ன செய்வது? சரி, ஒன்று செய்யலாம். அப்படிப் பங்குச்சந்தை வீழ்ந்தால், தங்கம் விலை ஏறுமல்லவா? அதனால் இப்போதே முன்ஜாக்கிரதையாக தங்கத்திலும், பாதிப் பணத்தை முதலீடு செய்துவைக்கலாம். பங்குச்சந்தை உயர்ந்தால் அதில் லாபம். வீழ்ந்தால் தங்கம் விலை ஏறி அதனால் லாபம்.'

இப்படி உஷாராகச் செய்வதைத்தான் ஹெட்ஜிங் என்கிறார்கள். ஒன்றுக்கு ஒன்று எதிரான விளைவுகளைத் தரும் செயல்கள். எது நடந்தாலும் நமக்கு நஷ்டம் ஓரளவுக்குத்தான். இன்னொன்று காப்பாற்றிவிடும்.

இதே அணுகுமுறையை பங்குச்சந்தைக்குள்ளாகவே செய்ய முடிந்தால்? அதுவும் குறுகிய காலத்துக்குள்ளாகச் செய்ய முடிந்தால்?

நன்றாகத்தான் இருக்கும். ஆனால் இது, பருத்தியைப் புடைவை யாகக் காய்க்க வைப்பதுபோல அல்லவா இருக்கிறது என்று தோன்றலாம். உண்மைதான். பருத்தி புடைவையாகக் காய்ப்பது போலத்தான். அந்த வாய்ப்பை பங்குச்சந்தைக்குள்ளாகவே தருவது ஃபியூச்சர்ஸ்.

எப்படி என்று விரிவாகப் பார்க்கலாம்.

நம் கையில் சில பங்குகள் இருக்கின்றன. உதாரணத்துக்கு (சரி, சரி, இன்போசிஸ் வேண்டாம். வேறு பங்கைப் பார்ப்போம்) IFDC பங்கு. விலை ரூ.43 இருக்கிறது என்று வைத்துக்கொள் வோம். 'IFDC நல்ல பங்கு. அதை இரண்டு வருடங்களாவது வைத்துக்கொள்ளலாம்' என்று நினைத்து வாங்கியிருக்கிறோம். நம்மிடம் 10,000 பங்குகள் இருக்கின்றன.

நாம் நம் போக்கில் நம் வேலையைப் பார்த்துகொண்டிருக்க, ஏதோ காரணங்களுக்காக சந்தை இறக்கம் பார்க்கிறது. (லண்டன் மெட்டல் எக்ஸ்சேஞ்சில் விலைகள் வீழ்ச்சி அல்லது CRR உயர்வு என்பது போன்ற ஏதோ ஒரு பிரச்னை.) எல்லாப் பங்குகளின் விலைகளும் விழும் என்கிற நிலைமை. எல்லாம் விழும்தான். ஆனால் ஏன் விழவேண்டும்? அதற்கும், மேலே பார்த்த இரண்டு காரணங்களுக்கும் சம்பந்தம் இல்லையே என்றும் தோன்று கிறது.

என்ன காரணமாக இருந்தால் என்ன? தொடர்ந்து பங்குச்சந்தை விழுகிறதென்றால் IFDC மட்டும் விதிவிலக்காக நிற்கமுடியுமா என்ன? அதன் விலையும் குறையுமே! நம்மிடம் 10,000 பங்குகள் இருக்கின்றனவே.

என்ன செய்யலாம்? ஃபியூச்சர்ஸ் என்று ஒன்று இல்லாவிட்டால், அல்லது நமக்கு அதுபற்றித் தெரியாவிட்டால் என்ன செய் வோம்?

கையில் இருக்கும் 10,000 பங்குகளையும் விற்றுவிடலாம். அதில் பங்கு ஒன்றுக்கு 2 ரூபாயோ 5 ரூபாயோ விற்கமுடிந்த விலையைப் பொறுத்து நஷ்டம் ஏற்படலாம். சிலர் விற்பார்கள்.

வேறு சிலர், 'என்ன ஆகிவிடும். பேசாமல் இருப்போம்' என்று விற்கமாட்டார்கள். பின்பு அதே பங்கின் விலை சந்தை இறக்கத் தினை ஒட்டி, மேலும் இறங்கலாம். ஒருகால் அது ரூ.38 என்கிற

விலைக்கே வந்துவிட்டதும், அவர்கள் பதற்றப்பட ஆரம்பிக்க லாம் (குருதிப்புனல் படத்தில் கமல் சொல்வதுபோல ஒவ்வொருவருக்கும் ஒரு லிமிட் - Breaking point - இருக்கிறது. அது வரைதான் தாங்குவார்கள்.) 'அடடா! 10,000 பங்குக்கு, ரூ.50,000 போயிற்றே! முன்பே விற்றிருந்தால் இந்த நஷ்டத்தைத் தவிர்த்திருக்கலாமே!' என்று இறங்கிய விலையில் விற்பார்கள். இன்னும் சிலர், 'என்ன விலை இறங்கினாலும் சரி, இதை நஷ்டத் துக்கு விற்பதில்லை' என்ற முடிவோடு இருப்பார்கள். அவர் களைப் பற்றிப் பேச்சில்லை.

நமக்கு, விற்பவர்களைப் பற்றித்தான் கவலை. காரணம், அவர் கள் விற்றபிறகு மீண்டும் விலை ஏறிவிடலாம். பெரும்பாலும் நல்ல பங்குகளின் விலை, இப்போதோ அல்லது கொஞ்ச காலம் கழித்தோ பழைய விலைக்கே வந்துவிடும். ஆனால் இவர்கள் விற்றதை மீண்டும் வாங்கியிருக்க மாட்டார்கள். விற்றதற்காக வருத்தப்படுவார்கள். பயன்? வயிற்றெரிச்சல்தான், வேறு என்ன?

இதை எப்படிச் சரி செய்ய முடியும்?

விலை இறங்கப் போகிறதென்று தகவல். ஆனால் தகவல் ஊர்ஜிதம் இல்லை. (எதுதான் பங்குச்சந்தையில் ஊர்ஜிதம்!)

உடனே ஃபியூச்சர்ஸ் மார்க்கெட்டில் IDFC பட்டியல் இடப் பட்டிருக்கிறதா என்று பார்ப்பார்கள். இருக்கிறது. சரி. அதன் லாட் அளவு என்ன என்று பார்ப்பார்கள். லாட் சைஸ் 3,300 (ஏப்ரல் 2016-ல்). சரி, ஃபியூச்சர்ஸில் IDFC பங்கு என்ன விலை விற்கிறது என்று தரகரிடம் கேட்பார்கள்.

எந்த மாதத்தின் காண்டிராக்ட் என்பதைப் பொறுத்து, மூன்று வெவ்வேறு விலைகள் இருக்கும். மார்க்கெட் இறங்குமுகம் என்கிற காரணத்தினால், ஃபியூச்சர்ஸில், கேஷ் மார்க்கெட்டில் நடப்பதைக் காட்டிலும் விலை குறைவாக இருக்கலாம். உடனடியாகவோ, அல்லது இன்ன விலை வந்ததும் என்று சொல்லிவைத்தோ விற்பார்கள். விலை சொல்லிவைத்து சரியாக விற்க சந்தர்ப்பம் கிடைக்கலாம், கிடைக்காமலும் போகலாம்.

அதாவது, கேஷ் மார்க்கெட் விலை ரூ.42. ஃபியூச்சர்ஸில் ரூ.43. இவர்கள், '43 வந்தால் விற்றுவிடுங்கள்' என்று சொல்லலாம்.

ரூ.43 வந்தால் சரி. ஆனால் சமயத்தில் ரூ.42-ம் போய் 40, 39, 38 என்று விலை இறங்கிக்கொண்டே போகும். அதன் பின் விற்பதென்றால் குறைந்த விலைக்குத்தான் விற்கவேண்டி வரும்.

சரி. ரூ.40 என்கிற விலைக்கு அவர்கள் ஏப்ரலுக்கு அடுத்த மாதமான மே மாத காண்டிராக்ட்டில் ஒரு லாட்டான 3300 IDFC பங்குகளை 3 லாட்டுகள் (9900 பங்குகள்) விற்றுவைக்கிறார்கள். இப்போது அவர்கள் நிலை என்ன?

இனி சந்தையில் எது நிகழ்ந்தாலும் அவர்களுக்குப் பெரிய கவலை இல்லை. என்ன நடக்கலாம்? ஒன்று சந்தை மேலும் இறங்கும். IDFC பங்கு விலைகளும் இறங்கலாம். இறங்கட்டுமே! அவர்கள் ரூ.40-க்கு 9900 பங்குகளை ஃபியூச்சர்ஸில் விற்றாச்சு. பங்கு ஒன்றுக்கு ரூ.15 இறங்கினால், அவர்கள் விற்ற 9900 பங்குகளுக்கு ரூ.49,500 லாபம். அதே சமயம் கையில் கேஷ் மார்க்கெட்டில் வாங்கி டெலிவரி வைத்திருக்கும் 10,000 பங்குகளுக்கு, பங்கு ஒன்றுக்கு ரூ.5 வீதம் ரூ.50,000 நஷ்டம். இது சாத்தியம்தான்.

இன்னொன்றும் நடக்கலாம். எதிர்பார்த்த மாதிரி பங்குச்சந்தை கீழே இறங்காமல் போகலாம். அதனால் IDFC பங்கின் விலையும் இறங்காமல் போகலாம். கொஞ்சம் பார்த்துவிட்டு, ஃபியூச்சர் ஸில் விற்றுவைத்திருக்கும் பங்கைத் திரும்ப வாங்கிவிட வேண்டும். ஒரு ரூபாயோ இரண்டு ரூபாயோ கூடுதல் விலை கொடுத்து (ரூ.40 அல்லது ரூ.41) வாங்க வேண்டிவரலாம். அந்த அளவுக்கு நஷ்டம்தான்.

மூன்றாவதாக ஒன்றும் நிகழலாம். அது, நம்மைப் பழிவாங்கும் விதமாக. இறங்கும் என்று பயந்த பங்குச்சந்தையும் IDFC பங்கின் விலையும் உயரலாம். 'அடடா! ஃபியூச்சர்ஸில் விற்று வைத்திருக்கிறோமே! இனி கூடுதல் விலையில் திரும்ப வாங்கி அல்லவா சரி செய்ய வேண்டும்!'

ஆமாம். பங்கு ஒன்றுக்கு ரூ.2 ஏறுகிறது என்றால் 9900 பங்கு களுக்கு ரூ.19,800 நஷ்டம். அதே சமயம் கையில் விற்காமல் வைத்திருக்கும் 10,000 பங்குகளுக்கு ரூ.20,000 லாபம். மொத்தத்தில் நிகரமாக ரூ.200 நஷ்டம். இது தப்புக் கணக்கு போட்டதற்கான அபராதம்! அல்லது தேவையில்லாமல்

பயந்ததற்கான சின்ன விலை! நமக்கு என்று இல்லை. இது பெரிய பெரிய ஜாம்பவான்களுக்கே நிகழும். அதுதான் பங்குச்சந்தை.

ஒன்றைக் கவனித்திருக்கலாம். கையில் இருப்பது 10,000. ஆனால் ஃபியூச்சர்ஸில் விற்றது 9900. அதனால்தான் வித்தியாசம். அப்படியில்லாமல், ஒரே அளவாக விற்றதையும் வாங்கியதை யும் வைத்துக்கொள்ளவும் முடியும். அதற்காக, ஃபியூச்சர்ஸ் லாட் அளவை நம்மால் மாற்ற முடியாது. அது பங்குச்சந்தை நிர்வாகத்தால் முடிவு செய்யப்படுவது. ஆனால் அதற்கு எற்ப கேஷ் மார்க்கெட்டில் செய்வதை அதிகப்படுத்திக் கொள்ளலாம். அப்படி நினைத்தால் மட்டும் போதாது, அதற்குத் தேவையான கூடுதல் பணம் உங்களிடம் இருக்க வேண்டும்.

இதுதான் ஹெட்ஜிங்.

4) சாதகமான விலைகளில் வாங்க, விற்க ஃபியூச்சர்ஸ்

அதென்ன சாதகமான விலையில் வாங்க, விற்க, ஃபியூச்சர்ஸ்? அங்கே மட்டும் என்ன விலை குறைத்தா கொடுப்பார்கள்? பேரமா பேசமுடியும்? சந்தேகமே வேண்டாம். ஃபியூச்சர்ஸ் மார்க்கெட், விலைகளைப் பொறுத்தவரை, வித்தியாசமான மார்க்கெட்தான்.

ஒரு பங்கு, கேஷ் மார்க்கெட்டில் என்ன விலை விற்கும்? இதென்ன கேள்வி? அன்றைக்கு அந்த நேரம் என்ன விலையோ அதுதான் விலை. அந்த விலைதான் விற்கும். மிகவும் சரி. உதாரணத்துக்கு ஜே.பி.அசோசியேட் என்று ஒரு பங்கு. கட்டுமானத்துறை பங்கு. ஏப்ரல் 13, 2016 மதிய நேரம் அதன் விலை கேஷ் மார்க்கெட்டில் ரூ.8. யார் வாங்கினாலும் அதுதான் விலை. அதே நேரம் ஃபியூச்சர்ஸ் மார்க்கெட்டில் அதே ஏப்ரல் மாதத்து காண்டிராக்ட்டில் அதன் விலை ரூ.8.10 போகிறது.

ஒருவர் தன்னிடம் 10,000 ஜே.பி.அசோசியேட் வைத்திருக்கிறார். அதை அவர் விற்க விரும்புகிறார். என்ன விலைக்கு விற்கலாம்? கேஷ் மார்க்கெட்டில் ரூ.8-க்கு விற்கலாம்.

அப்போது இருக்கிற நிலையில் அந்தப் பங்குக்கு ரூ.8 என்கிற விலை அதிகம் என்று அவர் நினைக்கிறார். பின்னால் அதன் விலை இறங்கும். அதனால் இப்போதே கையில் இருப்பதை விற்றுவிடலாம். விற்றால், என்ன பெஸ்ட் விலை கிடைக்கும்?

ஏன் ஃபியூச்சர்ஸில் விற்று வைக்கக்கூடாது? அங்கேதான் ரூ.8.10 விற்கிறதே? அவரிடம் இருப்பது கேஷ் மார்க்கெட்டில் வாங்கிய லட்சம் பங்குகள் இருந்தும் கையில் இல்லாத ஃபியூச்சர்ஸில் இரண்டு லாட் ஜே.பி.அசோசியேட் பங்குகளை விற்கிறார் (அப்போதைய லாட் சைஸ் 4,800). விற்றது இரண்டு லாட்டுகள். விலை 8.10. கேஷ் மார்க்கெட்டில் கிடைப்பதைவிட பங்கு ஒன்றுக்கு 0.10 வீதம், லட்சம் பங்குகளுக்கும் மொத்தமாக ரூ.9,600 அதிகம்.

இனி என்ன ஆகலாம்? அவர் டெலிவரி கொடுக்கவேண்டும் என்கிற கட்டாயம் இல்லை. அவர் விற்றிருப்பது மே மாத காண்டிராக்ட். ஆனால் அதற்கு முன்பாகவும் அதையே வாங்கி நேர் செய்துகொள்ளலாம். இனி அவர், 'எப்போதடா அவற்றின் விலை குறையும்?' என்று காத்திருப்பார்.

விலை நன்கு குறைந்தால் உடனே இரண்டு லாட்டுகள் (அல்லது நேரம் பார்த்து ஒன்று ஒன்றாக) வாங்கி கணக்கை முடித்துக் கொள்வார். விற்று வாங்கிய விலைகளில் இருக்கும் விலை வித்தியாசம் X 96,000 பங்குகளுக்கான பணம் அவருக்கு லாபம்.

கையில் இருக்கும் லட்சம் பங்குகள் அவரிடமே தங்கிவிடும். அவற்றை அவர், மீண்டும் விலை உயர்ந்த பிறகு விற்றுக் கொள்ளலாம். மேலும் அவர் ஃபியூச்சர்ஸில் அதே பங்கில் லாபம் பார்த்துவிட்டதால் (உதாரணத்துக்கு பங்கு ஒன்றுக்கு 0.10 வீதம் லட்சம்) அது அவரிடம் இருக்கும் லட்சம் பங்குகளின் அடக்க விலையைக் குறைத்துவிடுகிறது. அந்த அளவுக்கு நல்லதுதானே.

அல்லது, அவர் ஃபியூச்சர்ஸில் 2 லாட்டுகள் ஜே.பி.அசோசியேட் விற்ற பிறகு அவை இன்னும் விலை உயர்கின்றன என்றால், அவருக்கு ஃபியூச்சர்ஸில் நஷ்டம். அதே அளவு கையில் இருக்கும் டெலிவரிக்கு (கேஷ் மார்க்கெட்) லாபம். ஆனால் இப்படி நிகழக் கூடாது. காரணம், நிச்சயம் மார்க்கெட் இறங்கும் என்று தெரிந்தால்தான், ஃபியூச்சர்ஸில் விற்றுவைக்க வேண்டும். சும்மாவேனும் விற்று வைப்பது, வாங்கி வைப்பது கூடாது. நிச்சயத் தகவல்கள் அடிப்படையில்தான் செய்யவேண்டும். காரணம் அங்கே செய்யும் குவாண்ட்டிட்டி (அளவு) அதிகம் அல்லவா?

விற்று வைப்பது போலவே ஃபியூச்சர்ஸில் சாதகமான விலைகள் கிடைத்தால். வாங்கியும் வைக்கலாம். இடையில் இருக்கும் ஒரு மாதம் அல்லது 2, 3 மாதங்களில் சாதகமான விலைகளில் நேர்செய்துவிடலாம். காரணம், எப்போதும் விலைகள் ஒரே முகமாக, மேலேயோ, கீழேயோ போவதில்லை. இடையில் மாறி மாறித்தான் நடக்கும். கவனமாக இருந்து, நமக்குச் சாதகமான விலையில் கணக்கை முடித்துக்கொள்ள வேண்டும். ஃபியூச்சர்ஸ் கொடுக்கும் வாய்ப்பு இது.

5) குறைந்த கட்டணத்தில் வியாபாரம் செய்வதற்காக

ஆம். இதுவும்கூட ஃபியூச்சர்ஸினால் கிடைக்கும் இன்னொரு பலன்தான். பங்குச்சந்தையில் வாங்கினாலும் விற்றாலும் தரகருக்குக் கட்டணம், புரோக்கரேஜ் கொடுத்தாக வேண்டும். நூறு ரூபாய்க்கு ஐந்து முதல் இருபது பைசா வரை வசூலிப்பார்கள். அவர்கள் கொடுக்கும் சேவையையும் நாம் கொடுக்கும் வியாபார அளவையும் பொறுத்து இது மாறும்.

அதேபோல புரோக்கரேஜ் கட்டணத்தின் மீதான வரிகள் (STT, டர்ன் ஓவர் மற்றும் கல்வி வரி). இவை ஆண்டுக்கு ஆண்டு மாறலாம். இதனையும் கட்டத்தான் வேண்டும். இவையெல்லாம் நாம் செய்யும் மொத்த வியாபாரத் தொகையினை வைத்துக் கணக்கிடப்படும். மொத்தத்தில் செலவு.

ஃபியூச்சர்ஸில் செய்யும்போது நாம் மொத்தத் தொகையையும் கட்டுவதில்லையே? மார்ஜின் பணம்தானே கட்டுகிறோம். அதன் மீதுதான் தரகர் கட்டணமும், அந்தக் கட்டணத்தின் மீதுதான் மற்ற வரிகளும். ஆக, வாங்கி விற்கும் தொகைக்கான செலவு ஃபியூச்சர்ஸில் குறைவு என்பது சரிதானே!

6) அதிக முதல் இல்லாமல் நிறைய டிரேட் செய்யலாம்.

நமக்கு ஒரு நிச்சயமான செய்தி கிடைக்கிறது. உதாரணத்துக்கு FII-க்கள் மேலும் அதிக அளவில் இந்தியப் பங்குச் சந்தைகளில் பங்குகளில் முதலீடுகள் செய்ய இருக்கிறார்கள். அதனால், FII-க்களுக்குப் பிரியமான ஐ.டி.பி.ஐ. பங்கின் விலையும் உயரப் போகிறது. வெறும் கேஷ் மார்க்கெட் மட்டும் இருந்தால் என்ன செய்யலாம்? முடிந்த அளவுக்கு ஐ.டி.பி.ஐ. பங்குகளை வாங்கலாம். என்ன பத்தோ இருப்பதோ. அல்லது அதிகபட்சம் ஐம்பது!

அதற்கே ஜன 2012 விலைப்படி ரூ.50,000 வேண்டும்.

2012 ஜன, பிப் மாதங்களில் மட்டும் FII சுமார் ரூ 35,000 கோடிக்கு நிகராக வாங்கியிருக்கிறார்கள். அதனால், 100க்கு அருகில் இருந்த ஐ.டி.பி.ஐ.யின் விலை ரூ 116, பின்பு ரூ 128, பின்பு ரூ 142 பின்பு ஒரு நேரம் ரூ 145 இரண்டு மாதங்களில் பங்கு ஒன்றுக்கு ரூ 45 உயர்வு. 100 பங்குகள் வாங்கியிருந்தவர்கள் ரூ.4,500 லாபம் பார்த்திருப்பார்கள்.

ஆனால், அப்படி கேஷ் மார்க்கெட்டில் வாங்கியதற்கு பதில், ஃபியூச்சர்ஸில் ஒரு லாட்டான 2000 வாங்கியவர்களுக்கு லாபம் எவ்வளவு தெரியுமா? ரூ.90,000.

'அது சரி. 2000 ஐ.டி.பி.ஐ. பங்குகள் வாங்க அதிகப் பணம் வேண்டுமே' என்று கேட்கமாட்டோம். காரணம், நாம் முன்பே பார்த்திருக்கிறோம். இங்கே மார்ஜின் பணம் கட்டினால் போதும். அதிலும் நல்ல பங்குகள் கையில் இருந்தால் அவற்றையும் மார்ஜின் பணத்துக்கான ஒரு பகுதியாகக் கொடுக்கலாம்.

ஃபியூச்சர்ஸில், வாங்கிவிட்டுக் காத்திருக்கவேண்டும் என்பது மில்லை. இதிலும் அன்றன்றைக்கே கணக்கை முடித்துக் கொள்ளும் இண்ட்ரா-டேயும் செய்யலாம்.

7) கேஷ் மார்க்கெட்டுக்கும் ஃபியூச்சர்ஸ் மார்க்கெட்டுக்கும் இடையே உள்ள விலை வித்தியாசத்தில் குளிர்காய்வது

இதன் பெயர் ஆர்பிட்ராஜ் (Arbitrage). ஒரே பொருள்தான். ஆனால் இரண்டு சந்தைகளில் வெவ்வேறு விலைகள். என்ன செய்யத் தோன்றும்? விலை குறைவான இடத்தில் வாங்கி அதிகம் இருக்கும் இடத்தில் விற்றுவிடலாம் என்றுதானே! அதேதான்.

ஒரே பங்கு கேஷ் மார்க்கெட்டிலும் கிடைக்கிறது, ஃபியூச்சர்ஸ் மார்க்கெட்டிலும் கிடைக்கிறது. இரண்டுக்கும் இடையே விலை வித்தியாசம் இருக்கிறது. ஒன்றில் வாங்கி (விலை குறைவாக இருக்குமிடத்தில்) மற்றொன்றில் விற்றுவிடுவது.

இதற்கு சில அடிப்படைத் தேவைகள் இருக்கின்றன. ஒன்று, இரண்டு மார்க்கெட்டிலும் நடைபெறும் பங்குகளாக இருக்க

வேண்டும். இரண்டாவது, ஃபியூச்சர்ஸில் என்ன மார்க்கெட் லாட்டோ, குறைந்தபட்சம் அந்த அளவுக்கு கேஷ் மார்க் கெட்டில் செய்ய நாம் முன்வர வேண்டும். அதாவது அதற்குத் தேவையான பணம் நம்மிடம் இருக்க வேண்டும்.

இரண்டிலும் வாங்கியதை மீண்டும் விற்க நிறைய கால அவகாசம் உண்டு. ஆனால் விற்றதை டெலிவரி கொடுக்க, கேஷ் மார்க்கெட்டில் தற்சமயம் T+2 தான். இரண்டு நாள்களில் டெலிவரி கொடுத்தாக வேண்டும். இப்படி சில பிரச்னைகள் இருந்தாலும் ஆர்பிட்ராஜ் செய்ய முடியும். அதற்கு மார்க்கெட் லாட் அளவு பங்குகளைப் பணம் கொடுத்து டெலிவரி எடுத்து வைத்துக்கொள்ள வேண்டும். அவ்வளவுதான். ரொடேட் செய்யலாம்.

எல்லா பங்குகளிலும் இந்த வாய்ப்பு பெரிதாக இருக்காது. எந்தப் பங்குகளின் தினசரி விலை மாற்றங்கள் அதிகம் இருக் கிறதோ (ரிலையன்ஸ் மாதிரி) அந்தப் பங்குகள்தான் இதற்கு ஒத்துவரும்.

ஃபியூச்சர்ஸால் வேறு என்ன நன்மைகள்?

1) வருங்காலம் காட்டும்.

நாம் ஃபியூச்சர்ஸில் பரிவர்த்தனை செய்யவேண்டும் என்ற அவசியமே இல்லை. ஆனாலும் ஃபியூச்சர்ஸ் விலைகளைப் பார்த்தால் நமக்கு சில உபயோகமான தகவல்கள் கிடைக்கும்.

நாம் கேஷ் மார்க்கெட்டில் ஒரு பங்கை வாங்கலாம் என்று நினைக்கிறோம். பெரிய குவாண்ட்டி வாங்குவதற்குமுன், அதே பங்கின் விலை அந்த மாதம் (Current Month), அடுத்த மாதம் (Next Month) மற்றும் தூரத்து (Far month) மாதங்களில் என்ன விலைக்குக் கிடைக்கிறது என்று ஒரு நோட்டம் விடலாம். கேஷ் மார்க் கெட்டைவிட விலைகள் கூடுதலாக இருந்தால் நாம் வாங்கும் பங்கின் விலை வருங்காலத்தில் உயரும் வாய்ப்பு அதிகம். அதனை புல்லிஷ் (Bullish) என்பார்கள். ஒருகால் விலைகள் குறைவாக இருந்தால், அது பேரிஷ் (Bearish).

உதாரணங்கள் பார்க்கலாமா?

தேதி மார்க்கெட்	பங்கு	கேஷ் மார்க்கெட் விலை	ஃபியூச்சர்ஸ் விலை
13.4.2016	யூனிடெக்	5.10	5.15
	சவுத் இந்தியன் பேங்க்	17.85	18.00
	என்.டி.பி.சி.	23.90	24.05
	இண்டோ கவுண்ட்	1003	1011

மேலே குறிப்பிடப்பட்டுள்ள பங்குகளின் விலைகள் எல்லாம் , கேஷ் மார்க்கெட் விலையைவிட ஃபியூச்சர்ஸில் கூடுதலாக இருப்பதைக் கவனித்திருக்கலாம். எந்தப் பங்குகள் விலை உயரக்கூடும் என்பதை இப்படிப்பட்ட ஒப்பீடுகள்மூலம் கண்டுபிடித்துவிடலாம்.

எவற்றின் விலைகள் இறங்கக்கூடும் என்பதையும் முன்கூட்டியே கணிக்கவும் ஃபியூச்சர்ஸ் மார்க்கெட் உதவும். கரெக்ட், கேஷ் மார்க்கெட் விலையைவிட எந்தப் பங்குகளின் விலைகள் ஃபியூச்சர்ஸில் குறைவாக உள்ளதோ, அந்தப் பங்குகளின் விலைகள் வரும் நாள்களில் இறங்கக்கூடும் என்று கணிக்கலாம். அப்படிப்பட்ட விலைகளையும் பார்க்கலாம்.

தேதி மார்க்கெட்	பங்கு	கேஷ் மார்க்கெட் விலை	ஃபியூச்சர்ஸ் விலை
13.4.2016	ஜஸ்ட் டயல்	859	823
	கேஸ்ட்ரால்	380	377
	பேட்டா	545	541
	ஹேவல்ஸ் இந்தியா	338	336

இப்படி, தனிப்பட்ட பங்குகளின் வருங்காலம் காட்டுவது தவிர, மொத்தப் பங்குச்சந்தையும் எப்படி இருக்கிறது, எப்படிப் போகலாம் என்பதையும் ஃபியூச்சர்ஸைக் கவனித்தால் தெரிந்து கொள்ளலாம்.

எத்தனை சதவிகிதப் பங்குகள் ரோல் ஓவர் செய்யப்படுகின்றன என்று பார்ப்பார்கள். வாங்கியவர்கள் விற்றுவிட்டு கணக்கு முடித்துகொள்கிறார்களா? அல்லது நடப்பு மாதத்துக்கு கணக்கு முடிக்க விற்றுவிட்டு, உடனே அடுத்த மாதக் கணக்கில் வாங்கிக் கொள்கிறார்களா? அப்படி வாங்கியவர்கள் சதவிகிதம் அதிகமா? குறைவா? கருத்துக் கணிப்பில் தெரிந்துகொள்வதைப் போலவே, வருங்காலம் குறித்து பெரும்பாலானவர்களின் எண்ணத்தை ஃப்யூச்சர் ரோல் ஓவர் பார்த்து தெரிந்துகொள்ள முடியும்.

2. கேஷ் மார்க்கெட்டில் கிடைக்காவிட்டாலும் இங்கே கிடைக்கும்.

'அட! இதென்ன அதிசயமாக இருக்கிறது? ஒரு பங்கு கேஷ் மார்க்கெட்டில் கிடைக்காதா?' ஆமாம். சில நாள்களில் அப்பர் ஃப்ரீஸ் (Upper Freeze) ஆவது உண்டல்லவா? அதற்கு என்ன பொருள்? வாங்குவோர் நிறையப் பேர். ஆனால் எவரும் விற்க முன்வரவில்லை என்பதுதானே!

நிலைமை அப்படியிருந்தால், எப்படி வாங்க முடியும்? நல்ல பங்கு. வாங்க வேண்டும் என்று ஆசை. ஆனால் கிடைக்க வில்லை. அதெல்லாம் கேஷ் மார்க்கெட்டுக்குத்தான். அதே பங்கை ஃபியூச்சர்ஸ் மார்க்கெட்டில் வாங்கலாம்.

ஆமாம். இங்கே ஃப்ரீஸ் என்பது சாமான்யமாக ஆகாது. அதிலும் பிரைஸ் ஃப்ரீஸ் இல்லை. குவாண்டிட்டி ஃப்ரீஸ்தான்.

கேஷ் மார்க்கெட்டில் இருப்பது போல, ஃபியூச்சர்ஸில் 5%, 10% என்றெல்லாம் விலை ஏற்றத்துக்குத் தடை (Price Ceiling) கிடையாது. ஆனாலும் 20% அளவு விலை உயர்ந்துவிட்டால், தாற்காலிகமாகப் பரிவர்த்தனை (அந்தப் பங்கில் மட்டும்) நிறுத்தப்படும்.

எவரேனும் கம்ப்யூட்டர் டெர்மினலில் கைதவறுதலாக அப்படிப் பட்ட விலை போட்டிருக்கக் கூடாது என்பதற்காகத்தான் அதுவும். அதே தரகர் தொடர்பு கொண்டு, இன்னும் கூடுதல் விலைக்கும் வாங்க அல்லது குறைந்த விலைக்கும் விற்கத் தயார் என்றால், உடனே தடையை எடுத்துவிடுவார்கள். ரிலீஸ் ஆகி விடும். அதன்பிறகு, 20%-க்கும் அதிகமான அல்லது குறைந்த விலைக்கும்கூட பரிவர்த்தனை நடக்கும். அதுதான் ஃபியூச்சர்ஸ்.

மொத்தத்தில் வாங்க, விற்க நினைப்பவர்களுக்கு எப்படியும் கிடைக்கும் என்கிற நிலை இங்கே.

ஆனால் அளவுக்கு மீறினால் அமிர்தமும் நஞ்சு என்பார்கள் அல்லவா? அது ஃபியூச்சர்ஸுக்கும் பொருந்தும். இங்கே குவாண்ட்டி ஃப்ரீஸ் உண்டு. ஒவ்வொரு பங்குக்கும் இவ்வளவு என்று ஒரு நோஷனல் வேல்யுவை (Notional value) பங்குச்சந்தை முடிவு செய்யும். அதைத் தொடுகிறபோது, 'இனி கிடையாது. போதும்' என்கிற நிலை வரும். அதுவரை வாங்கலாம். விற்கலாம்.

அப்படி, அந்த அளவு அதிகமாக சமீபத்தில் எந்தப் பங்கும் வந்திருக்கிறதா? ஃபியூச்சர்ஸிலேயே போதும் என்கிற நிலை உண்டாயிருக்கிறதா என்று தெரிந்துகொள்ள ஆர்வமாக இருக்குமே!

ஏப்ரல் 16, 2007 அன்று IFCI என்கிற பங்கு அந்த அளவுக்கு வாங்கப்பட்டு, தேசியப் பங்குச்சந்தை அதன் வாங்குதலைத் தாற்காலிகமாகத் தடை செய்தது. அதன் அளவு 95% மார்க்கெட் வைடு பொசிஷன் (Marketwide position) அளவைத் தாண்டிவிட்டது என்கிற காரணம் சொல்லப்பட்டது.

IFCI பற்றி நிறைய நல்ல செய்திகள் வந்துகொண்டிருந்த நேரம் அது. அதனை, பெரிய அளவுகளில் பலரும் வாங்கினார்கள். அப்போது ஒரு கட்டத்தில், இப்போதைக்கு IFCI பங்குகளை ஃபியூச்சர்ஸில் வாங்க முடியாது என்றனர். காரணம், அது அதன் லிமிட்டைத் தொட்டுவிட்டது என்றனர். ஆர்வத்துடன், ஓர் இணையத்தளத்தில் (இந்தியாபுல்ஸ்) அதன் விவரங்களைத் தேடினேன். கிடைத்தது.

IFCI Ltd.

Price on NSE :Last updated at 5/8/2007 3:30:02 PM

Last Trade	Prv Cls	Change	Open	Volume
47.15	48.35	-1.20 (-2.48%)	47.95	89754108
Day's Range	Buy Price	Buy Qty	Sell Price	Sell Qty
49.50 - 47.10	47.10	84716	47.15	45815

Mkt Cap - Rs 3,011.38 Cr

Price on BSE :Last updated at 5/8/2007 3:25:00 PM

Last Trade	Prv Cls	Change	Open	Volume
47.60	48.40	-0.80 (-1.65%)	48.30	21838452

Day's Range	Buy Price	Buy Qty	Sell Price	Sell Qty
49.45 - 47.50	47.55	3950	47.60	15120

Mkt Cap - Rs 3,040.12 Cr

தேசியப் பங்குச்சந்தையில் கிட்டத்தட்ட 9 கோடியும் மும்பை பங்குச்சந்தையில் 2 கோடியும் மொத்தம் 11 கோடி பங்குகள் பரிவர்த்தனை, ஒரே நாளில்! அதற்கு முன் 2007 ஏப்ரல் 20 அன்றும் அப்படித்தான் மிக அதிகமான அளவில் அந்தப் பங்கில் பரிவர்த்தனை நடந்திருக்கிறது. 4.75 + 0.9 கோடிகள். மொத்தம் 5.65 கோடி பங்குகள், ஒரே நாளில் பரிவர்த்தனை.

IFCI Ltd.

Price on NSE :Last updated at 4/20/2007

Last Trade	Prv Cls	Change	Open	Volume
37.95	37.05	0.90 (2.43%)	38.05	47330174

Day's Range	Buy Price	Buy Qty	Sell Price	Sell Qty
38.70 - 37.60	0.00	0	0.00	0

Mkt Cap - Rs 2,423.79 Cr

Price on BSE: Last updated at 4/20/2007

Last Trade	Prv Cls	Change	Open	Volume
37.90	37.05	0.85 (2.29%)	38.25	9253433

Day's Range	Buy Price	Buy Qty	Sell Price	Sell Qty
38.65-37.65	0.00	0	0.00	0

Mkt Cap - Rs 2,420.60 Cr

இவையெல்லாம் ஒன்றுமேயில்லை என்கிற அளவில் 2007, அக்டோபர்/நவம்பர் மாதங்களில் ரிலையன்ஸ் பெட்ரோலியம், ரிலையன்ஸ் நேச்சுரல் போன்றவை குதித்துக் கொண்டு விலையுயர்ந்தன.

ரிலையன்ஸ் பெட்ரோலியம் (Reliance petrolium Ltd)

Price on NSE: Last updated at 11/1/2007 1:35:16 PM

Last Trade	Prv Cls	Change	Open	Volume
275.55	246.05	29.50 (11.99%)	250	112885091

Day's Range	Buy Price	Buy Qty	Sell Price	Sell Qty
294.95 - 250.00	275.5	1399	275.55	211

Mkt Cap - Rs 123,997.50 Cr

2007, செப்டம்பர் 26-ஆம் தேதி தகவல்படி, ஒரே நேரத்தில் திரிவேணி இன்ஜினியரிங், ராஜேஷ் எக்ஸ்போர்ட்ஸ், அரவிந்த் மில்ஸ், பிண்டால் அக்ரோ, டாடா டெலி (மகா), ஜி.எம்.ஆர். இன்ஃப்ரா, ஜெ.பி. ஹைட்ரோ, நாகார்ஜுனா பெர்டிலைசர் என்று மொத்தம் 9 பங்குகள் NSE-ல் வர்த்தகத் தடை செய்யப் பட்டிருந்தன. காரணம் இந்தப் பங்குகள் 95% 'மார்க்கெட் வைட் பொசிஷனை'த் தாண்டிவிட்டதுதான்.

4

ஃபியூச்சர்ஸ் ஜாக்கிரதை!

நாம் இதுவரை பார்த்தது எல்லாம் 'உங்கள் ஓட்டு ஃபியூச்சர் ஸுக்கே' என்பது போன்ற வாதங்களை. அவை எல்லாம் உண்மை தான். அந்த அளவுக்கு ஃபியூச்சர்ஸ் வாய்ப்புகள் தருகிறது.

அதே சமயம், கத்தி என்பது காய் நறுக்க உதவுவது போலவே, சரியாகக் கையாளாவிட்டால் கையை நறுக்கிவிடும் என்பதும் உண்மைதானே!

ஃபியூச்சர்ஸ் என்பது இரண்டு பக்கமும் கூரான கத்தி. மிகவும் ஜாக்கிரதையாகவே, அதுவும் தேவைப்படும் அளவுதான் பயன்படுத்தவேண்டும். கத்தியோடு விளையாடக்கூடாது.

'ஃபியூச்சர்ஸ் ஜாக்கிரதை!' என்று சொல்லக் காரணங்கள் என்ன?

1. பேராசை பெருநஷ்டம்.

முன்பு பார்த்தோம், கையில் இருக்கும் பணத்துக்கு கேஷ் மார்க் கெட்டில் செய்யக் கூடியதைவிட அதிகமாகவே வியாபாரம்

செய்யலாம் என்று. 'நல்ல விஷயம்தானே. அதையே ஏன் இங்கே ஜாக்கிரதையில் கொண்டுவந்து சொல்லவேண்டும்?' என்று கேட்கக்கூடாது. அதிகம் செய்தால் அதிக லாபம் மட்டும்தான் என்று யாரால் உறுதி சொல்ல முடியும்? கேஷ் மார்க்கெட்டில் செய்வதில் நஷ்டம் வந்தால், செய்த அளவுக்கு மட்டும்தான். ஆனால் ஃபியூச்சர்ஸில்?

ஃபியூச்சர்ஸில் நம்முடைய சக்திக்கும் அதிகமாக முதலீடு செய்வோமே! ஃபியூச்சர்ஸில் லாட் சைஸ் பெரியதல்லவா? நஷ்டத்தின் அளவும் அந்த அளவு இருக்கும். அதனால் ஃபியூச் சர்ஸ் செய்ய கவனம் மிக அதிகம் தேவை.

பங்குகளின் விலைகள் இறங்குகிறதென்றால், எல்லோரையும் போல நம்மையும் அது பாதிக்கத்தான் செய்யும். முதன் முறையாக CRR ஏற்றம் என்கிற செய்தி (2006-ல்) வந்தபோது, வங்கிப் பங்குகளின் விலைகள் சராசரியாக 10% வரை வீழ்ந்தன. ஒரே நாளில் பத்து சதவிகிதம் என்பது மிக அதிகம். SBI போன்ற 1,000 ரூபாய்க்கும்மேல் விலை இருந்த பங்குகளின் விலைகள் ஒரே நாளில் 120 ரூபாய் வீழ்ந்தன. 100 பங்குகள் வைத்திருப் பவர்களுக்கே, பெரிய அதிர்ச்சியாக இருந்திருக்கும். 12,000 ரூபாய் அடி. இது கேஷ் மார்க்கெட் நிலவரம்.

இதையே ஃபியூச்சர்ஸில் செய்வதாக இருந்தால் ஒரு லாட்டுக்குக் குறைந்து வாங்க முடியாது. அப்போது SBI-யின் லாட் சைஸ் 500 பங்குகள். 500 பங்குகளுக்கு ஒரே நாளில் நஷ்டம் 60,000 ரூபாய். வாங்கியிருந்தவர்களுக்கு எப்படி இருந்திருக்கும்?

மேலும் அடுத்த நாள் என்ன ஆகும் என்று தெரியாது. அந்த சமயம் அடுத்த நாள் மட்டும் இல்லை, அதற்கடுத்த நாள்களும் விலைகள் வீழ்ந்தன. 'இனி வங்கிப்பங்குகள் அவ்வளவுதான்' என்றார்கள். கிட்டத்தட்ட 700 ரூபாயில் இருந்து உயர்ந்து உயர்ந்து 1,300 ரூபாய்வரை விலை வந்த பங்கு. விற்றுவிடலாமா என்று பயம் வரும். கூடவே, 'ஏன் விற்க வேண்டும்? இது ஃபியூச்சர்ஸ்தானே! மாதக் கடைசி வியாழன் வரை நேரம் இருக்கிறதே! வைத்துப் பார்க்கலாம்' என்றும் தோன்றும்.

2. காத்திருக்க முடியுமா?

50 அல்லது 100 பங்குகள் என்றால், 'விலை இறங்கிவிட்டது. சரிதான், அதற்கு என்ன செய்யமுடியும்? நஷ்டத்தில் விற்க

வேண்டாம். உள்ளே தூக்கிப் போடுவோம்' என்று கையைக் கட்டிக்கொண்டு இருக்கமுடியும். அதுவே ஃபியூச்சர்ஸ் என்றால்? டெலிவரி கிடையாதே!

டெலிவரி கிடையாது. வருடக்கணக்கில் எல்லாம் ரோல் ஓவர் செய்ய முடியுமா என்ன? ஒவ்வொரு முறையும் விற்று வாங்கி, விற்று வாங்கிக் கொண்டிருக்க வேண்டும் (அல்லது வாங்கி விற்று, வாங்கி விற்றுக்கொண்டிருக்க வேண்டும்). ஒவ்வொரு முறையும் தரகர் கட்டணம், வரிகள் முதலியன கட்டவேண்டும். மேலும் மனத்தில் தைரியமும் (மீண்டும் விலை உயரும் என்கிற நம்பிக்கையும்தான்) வேண்டும்.

3. மற்ற வாய்ப்புகளைத் தவறவிட நேரிடும்!

ஃபியூச்சர்ஸில் போட்ட பணம் போட்டதுதான். ரோல் ஓவர் செய்துகொண்டே இருந்தால், போட்ட பணம் அதன் உள்ளாகவே இருக்கும். வேறு முதலீடுகளுக்கு உதவாது. இது மற்ற வாய்ப்புகளை பயன்படுத்த முடியாமல் போவதற்கு வழி கோலலாம்.

4. வாங்கியதில் பாதி விற்க முடியாது!

கேஷ் மார்க்கெட்டில் 100 SBI பங்குகளை வாங்கியிருப்போம். விலை இறங்கும் என்பார்கள். இறங்கியபிறகு விற்றால் நஷ்டம். அதே சமயம் விற்கவும் மனசு வராது. ஏற்கெனவே எந்தக் காரணங் களுக்காக வாங்கினோமோ அவை, 'விற்காதே. வைத்துக்கொள்' என்று சொல்லும்.

என்ன செய்வோம்? உனக்கும் வேண்டாம், எனக்கும் வேண் டாம் என்று இருக்கும் நூறில், ஐம்பதை விற்றுவிட்டு, மீதம் இருக்கும் ஐம்பதை வைத்திருப்போம். நாம் விற்றபிறகு SBI-ன் விலை இறங்கினால், 'பரவாயில்லை, நாம்தான் 50 பங்குகளை விலை இறங்கும்முன் விற்றுவிட்டோமே' என்றும், ஏறினால், பரவாயில்லை, முழுவதையும் விற்றுவிடாமல், பாதியையாவது வைத்திருக்கிறோமே என்றும் சமாதானப்படுத்திக் கொள்ளலாம்.

இப்படி, இருப்பதில் பாதியை விற்று, கமிட்மெண்ட்டையும், ரிஸ்கையும் குறைத்துக் கொள்வது ஃபியூச்சர்ஸில் சாத்திய மில்லை. ஒன்றைக் கவனிக்க வேண்டும். நம்மிடம் ஒரு லாட் மட்டும் இருந்தால்தான் இந்தச் சங்கடம். நம்மிடம் ஒன்றுக்கும்

மேற்பட்ட லாட்டுகள் இருந்தால், கேஷ் மார்க்கெட்போலவே, சிலவற்றை வைத்துக்கொண்டு வேறு சிலவற்றை விற்கவும் செய்யலாம். ஆனால் ஒரு லாட்டைப் பிரித்து வாங்கவோ, விற்கவோ முடியாது.

5. கையில் பணம் வைத்துக்கொள்ள வேண்டும்!

ஃபியூச்சர்ஸில் தினசரி மார்ஜின் கட்ட வேண்டியிருக்கும். குறைந்தபட்சம் நாம் விற்றதைவிட விலை அதிகரித்தால், அல்லது வாங்கியதைவிட விலை குறைந்தால், அந்த வித்தியாசத்தினைக் கொடுத்துகொண்டிருக்க வேண்டும்.

முன்பார்த்த SBI உதாரணத்தையே எடுத்துக்கொண்டால், முதல் நாள் இறங்கிய ரூ.120 விலைக்கு ரூ.12,000 நஷ்டத்தை அன்றைய மாலையே கொடுத்தாக வேண்டும். அதுதான் மார்க்கெட் டு மார்க்கெட்.

எல்லா நேரமும் எல்லோராலும் இது முடியுமா? கையில் இருக்கும் பணத்துக்கு கேஷ் மார்க்கெட்டைவிட அதிகமான அளவுக்கு ஃபியூச்சர்ஸ் வாய்ப்பு கொடுக்கிறதே என்று வாங்கப் போய், கொஞ்சமும் எதிர்பாராத இடத்தில் இருந்து (பணவீக்கம், CRR) பிரச்னை வர, சிறுமுதலீட்டாளர்கள் பாவம், Caught unaware-தான். தமிழில் சொல்லவேண்டும் என்றால், கண்ணைக் கட்டிக் காட்டில் விட்டது போலத்தான்.

6. கட்டாய முடிவுகள் எடுக்க வேண்டி வரும்!

மார்க் டு மார்க் கட்டவேண்டிய நிலை வர, கையில் பணம் இருந்தால் கட்டலாம். இல்லை என்றால் என்ன செய்யலாம்? அடுத்த நாள் 'போதும் இந்த ஆட்டம்' என்று கையில் இருக்கும் ஒரு லாட் SBI-யையும் விற்றுவிட்டு வெளியேறலாம். அல்லது, 'இது என்ன இப்படியேவா போய்விடும்? மீண்டும் வங்கிப் பங்குகள் எழும். அதிலும் SBI மிக நல்ல பங்கு, அதன் விலைகள் எப்படியும் உயரும்' என்ற நம்பிக்கையுடன் விற்காமல் வைத்திருக்கலாம்.

7. மற்ற நல்ல முதலீடுகளைப் பலி கொடுக்க வேண்டி வரலாம்!

அதே சமயம் கொடுக்கவேண்டிய மார்க் டு மார்க்-குக்காக, கையில் இருக்கும் வேறு சில பங்குகளை, கேஷ் மார்க்கெட்டில்

விற்கலாம். இப்படித்தான் பலரும் செய்கிறார்கள். மீண்டும் பிறகு வாங்கிக்கொள்ளலாம், என்கிற நம்பிக்கையுடன் எவ்வளவோ நாள்களாக வைத்திருந்த சில, நல்ல மிட் கேப் அல்லது A குரூப் ஷேர்களை, இந்தப் பிரச்னையை சமாளிப்பதற்காக விற்பார்கள்.

மீண்டும் வாங்க முடியுமா என்று சொல்ல முடியாது. பல சமயங்களில் விற்றது விற்றதுதான். பின்பு அவை நன்கு விலை ஏறிய பிறகுதான், 'அடடா! இது இவ்வளவு ஏறிவிட்டதே, இதைப்போய் விற்றுவிட்டோமே!' என்று தோன்றும்.

ஆக, ஃபியூச்சர்ஸில் எதையாவது தெரியாமல் செய்யப்போக, தேர்ந்து வாங்கிவைத்திருந்த நல்ல பங்குகளை, இதற்காக பலி கொடுக்க வேண்டி வரலாம். ஜாக்கிரதை!

மார்ஜின் கால் பயங்கரங்கள்

சில எதிர்பாராத சமயங்களில் (மே 17, 2004 மத்தியில் பங்குச் சந்தை எதிர்பாராத ஆட்சி மாற்றம். 2006-ல் லண்டன் மெட்டல் எக்ஸ்சேஞ்ச் விலைகள் வீழ்ச்சி, ரிசர்வ் வங்கியின் அதிர்ச்சி தரும் CRR உயர்வு போன்றவை) பங்குச்சந்தை தடால் என விழும்.

விழும் என்றால் கொஞ்சம் கொஞ்சமாகவெல்லாம் விலை இறங்காது. மாடியில் இருந்து போடப்படும் கல்லைப் போல, 'தொப்' என்று ஒரே நாளில் பல சதவிகிதங்கள் வரைகூட விழும்.

அப்போது நாம் நமது மற்ற வேலைகள் காரணமாக கவனிக் காமல் இருந்துவிட்டால் போயிற்று. சரி கவனிக்கிறோம் என்றே வைத்துக்கொள்வோம். 'கவனித்தால் மட்டும் என்ன செய்து விடுவாய்?' என்பது போலத்தான் மார்க்கெட் இருக்கும்! எப்படி என்கிறீர்களா?

இனி அவ்வளவுதான் என்பதுபோலச் செய்திகள் இருந்தால் என்ன ஆகும்? எல்லோரும் தங்களிடம் இருக்கும் பங்குகளை விற்க முற்படுவார்களா, இல்லையா? பங்குகளை வாங்கி வைத்திருப்பவர்கள் மட்டுமில்லை, மற்ற சிலரும் கூட இந்தச் சந்தர்ப்பத்தினைப் பயன்படுத்திக் கொண்டு லாபம் பார்ப்பதற் காக கையில் இல்லாமலேயே விற்பார்கள். ஷார்ட் போவார்கள்.

எப்படி எல்லோரும் ஒன்றாக விற்க முடியும்? எவராவது வாங்கி னால்தானே! செய்திகளும் நம்பிக்கைகளும் வேறுவிதமாக

இருக்கும்போது எவர் வாங்குவார்? அதனால்தான் இதுபோன்ற நேரங்களில் விலைகள் பாதாளம் நோக்கிப் பாயும். கேஷ் மார்க்கெட்டில் பல பங்குகள் செல்லர் ஃப்ரீஸில் இருக்கும். வாங்க எவருமே இல்லை என்கிற நிலை. அப்போது ஃபியூச்சர் ஸில் பெரிய லாட்டுகள் வைத்திருந்தால் நஷ்டம் என்ன ஆகும்? அதிலும் இங்கே பிரைஸ் ஃப்ரீஸ் கிடையாது வேறு. இப்படி யெல்லாம் நடந்திருக்கிறது. நடப்பதற்கு முதல் நாள் வரை, ஒருவராலும் இப்படி நடக்கும் என்று யூகிக்கவே முடியாது.

ஓரளவுக்கு மேல் விலைகள் விழுந்தால் மார்ஜின் கால்ஸ் (Margin Calls) வந்துவிடும். மார்ஜின் கால்ஸ் என்ற வார்த்தைகளைக் கேட்டாலே சிலருக்கு அடிவயிற்றில் அமிலம் பீச்சும். அஸ்தி யில் ஜுரம் கண்டுவிடும். பட்டவர்களுக்குத்தான் தெரியும் அதன் பாடு. மார்ஜின் கால்ஸ் என்பது பங்குச்சந்தையை பொறுத்தவரை மகா கெட்ட வார்த்தை.

மார்ஜின் கால்

மார்ஜின் என்றால் என்ன என்று நமக்கு இப்போது தெரியும். இதுவரை அதை நண்பனாகத்தான் தெரிகிறது. காரணம், ஃபியூச்சர்ஸில் பெரிய பெரிய லாட்டுகளை வாங்குவதற்கு, மார்ஜின் கட்டினால் போதும் - அதாவது ஓரளவு பணம் கட்டி னாலே போதும் என்று பார்த்திருக்கிறோம். அதனால் மார்ஜின் என்பது நமக்கு சினேகம் என்று நினைத்திருக்கிறோம்.

மார்ஜின் சம்பந்தப்பட்ட இன்னொன்றையும்கூடத் தெரிந்து கொண்டோம். அதுவும் நினைவிருக்கலாம். தினசரி விலை மாற்றங்களைப் பொறுத்து, கூடுதல் மார்ஜின் பணம் கட்ட வேண்டிவரும். அதாவது நாம் வாங்கிய பங்கின் விலை கூடினால், அந்த அளவுக்கு மார்ஜினும் அதிகரிக்கும். அதுவும் ஓகே. அதென்ன பயங்கரம் என்றோமே!

விஷயம் இருக்கிறது.

மார்க் டு மார்க் என்பதும் தினசரி விலை வித்தியாசத்தைப் பொறுத்ததுதான். வித்தியாசம் என்பது இங்கே குறையும் விலையைப் பொறுத்தது. விலை குறையக் குறைய ஃபியூச்சர்ஸில் வாங்கியவர் விலை வித்தியாசத்தை அன்றன்றைக்கே கட்டியாக வேண்டும். இது கட்டாயம். வேறு வழியே இல்லை.

இதுதான் பிரச்னை. கேஷ் மார்க்கெட்டிலும் விலை இறங்குவது சங்கடம்தான். ஆனால் நாம் முழுப்பணம் கொடுத்து, சக்திக்கு ஏற்ற அளவுதான் வாங்கியிருப்போம். விலை தாற்காலிகமாக இறங்கினாலும் பதற்றப்படாமல் காத்திருக்கமுடியும். மேலும் எவருக்கும் ஏதும் பணம் தரவேண்டாம். குறைந்திருக்கும் விலையில் பங்கை விற்றாக வேண்டிய கட்டாயமும் இல்லை.

ஆனால் ஃபியூச்சர்ஸில் விலை வித்தியாசத்தைக் கொடுக்க வேண்டும். மொத்த லாட்டுக்கும்! லாட் என்றால் பெரிய லாட்டுகள். உதாரணமாக முன்பு பார்த்த SBI பங்குகள் ஒரே நாளில் ரூ.100 உயர்ந்தால், சந்தோஷம். அதில் கிடைக்கும் ரூ.25,000 லாபத்தை நம்மால் வாங்கிக்கொள்ள முடியும்.

அடுத்த நாள் இன்னொரு 70 ரூபாயா? சந்தோஷம்தான். மேலும் ரூ.17,500 வரவு. சட்டைப்பையில் இடம் இல்லாமலா போய் விடும். Capacity to receive is unlimited. அதுவே விலை அதே அளவு இறங்கும்போது? மார்க்கெட் லாட் அதேதானே! 'முதல் நாள் 100 இறங்கியதற்குக் கொடு ரூ.25,000.' அடுத்த நாள், 'கொடு, மேலும் ரூ.17,500.'

கொடுப்பதற்கு சட்டைப் பையில் பணம் இருந்தாக வேண்டும். அல்லது வங்கியிலாவது. ஆனால் Capacity to give is limited. அதற்காக விடமாட்டார்கள். இல்லாவிட்டாலும், எங்காவது வாங்கியாவது கொடுத்துத்தான் ஆகவேண்டும். 'கொடுக்க முடியவில்லையா? கையில் இருப்பதை விற்றுவிட்டுப் போ! என்ன? விலை குறைவா? அதைப் பற்றியெல்லாம் எனக்கு என்ன?'

இதுதான் நடக்கிறது. தினம் தினம் விலை இறங்கினால் எப்படி மார்ஜின் மணி கட்டுவது? மார்ஜின் மணி கட்டமுடியாமல் விற்பார்கள். கட்ட முடிந்தாலும் நஷ்டத்தைத் தவிர்ப்பதற்காக, கையில் இருப்பதை விற்பார்கள்.

ஆக என்ன நடக்கிறது இங்கே?

ஏகப்பட்ட விற்பனை. இதுதான் மார்க்கெட் முழுக்க செல்லர்ஸ் என்பது. இப்படி எல்லோரும் விற்றால் விலை கண்டபடி இறங்கும். கட்டுப்பாடு இல்லாமல் இறங்கும்.

தரகர்கள் ஃபியூச்சர்ஸில் வாங்கப்படும் பங்குகளுக்கு ஈடாக (மார்ஜினாக) சில பங்குகளையும் ஏற்றுக் கொள்கிறார்கள்

அல்லவா? இறங்குகிற மார்க்கெட்டில் அந்தப் பங்குகளில் விலைகளும் இறங்குமல்லவா? அதனால் என்ன ஆகிறது? ஃபியூச்சர்ஸ் விலை இறங்குகிறது. அதற்கு, நாம் கூடுதல் மார்ஜின் கட்ட வேண்டும். தவிர நாம் ஈடாகக் கொடுத்திருக்கும் பங்குகளின் விலைகளும் குறைகின்றன.

தரகருக்கும் பயம். ஈடு பத்தாது. (அதன் விலை குறைகிறதே.) அவருக்கு நாம் மட்டுமா வாடிக்கையாளர்? நம்மைப் போல எத்தனையோ பேர் அல்லவா? அவர்கள் கொடுத்திருக்கும் பங்குகளின் நிலையும் இதுவாகத்தானே இருக்கும்? தரகர் என்ன செய்வார்? நம் பங்குகளை விற்பார். ஆமாம், நம்மைக் கேட்காமலேதான்.

இப்படி பத்து, நூறு அல்ல. ஆயிரக்கணக்கானவர்களின் கோடிக் கணக்கான மதிப்புள்ள பங்குகள் கிடைக்கும் விலைக்கு விற்கக் கூட இல்லை, அடித்துத் தூக்கி வெளியே எறிந்துவிடுவார்கள்.

இதுதான் அறிவிப்பு இல்லாமல், பொங்கும் ஏரியைத் திறந்து விடுவது என்பது. தண்ணீர் வெள்ளம் பாயும். குடிசைகள் மூழ்கும். குடிசைகள் மட்டுமல்ல, வயல் வெளி, வீடுகள் எல்லாமும்தான்.

இதுதான் மார்ஜின் கால் (Margin Call). தரகர்கள் மார்ஜின் ஆக வைத்திருக்கும் பங்குகளை விற்றால் அதன் பெயர் மார்ஜின் கால். அவர் என்ன விலைக்கு விற்பார்? வந்த விலைக்குத்தானே! அவர் மட்டுமா விற்பார்? அவரை போல எத்தனை தரகர்கள்? எல்லோரும் விற்பார்கள். விற்காதவர்களெல்லாம் விற்பார்கள். பெரிய பெரிய அளவுகளில் விற்பார்கள். அவரவருக்கு எரிகிற வீட்டில் பிடுங்கியது லாபம் என்கிற மனப்பான்மைதான் இருக்கும். எங்கும் பயம் கவ்விக்கொள்ளும்.

ஆதலினால், ஜாக்கிரதையாகச் செய்வீர். ஓர் அளவோடு செய்வீர்.

அடுத்த செய்தி, பங்குச்சந்தை தொடர்ந்து உயர்ந்து கொண் டிருந்தால், அப்போது ஃபியூச்சர்ஸில் பெரிய அளவுகளில் இருக்க வேண்டாம். உயரம் போகப் போக, சந்தை இறங்கும் வாய்ப்பு, அதிலும் வேகமாகவும் அதிகமாகவும் இறங்கும் சாத்தியம் அதிகம்.

ஃபியூச்சர்ஸில் வர்த்தகம் செய்கிறீர்களா? சரி, உலகச் சந்தையை யும் ஒரு கண் பார்த்துக்கொண்டே இருங்கள். முழுவதும் கவனமாக இருங்கள். Be alert, all the time.

காரணம், FII-க்களும் மிகப் பெரிய அளவுகளில் ஃப்யூச்சர்ஸில் வாங்குகிறார்கள். இந்தியாவில் மட்டுமல்ல, அவர்கள் முதலீடு செய்து வைத்திருக்கும் எந்த நாடுகளிலும் பாதிக்கும் செய்திகள் வந்தால் விற்பார்கள். மற்ற நாடுகளில் நிலைமை சாதகமாக மாறினாலும் இந்தியாவில் விற்பார்கள், அங்கே செய்யும் முதலீடுகளை அதிகரித்துக் கொள்வதற்காக.

தினசரியே, ஃபியூச்சர்ஸில் வாங்கியிருக்கும் பங்குகளுக்கு, ஸ்டாப் லாஸ் போட்டு வையுங்கள். பெரிய வீழ்ச்சிகளில் இருந்து தப்பித்துக்கொள்ளலாம். இதனால் சிறிய லாபங்களை இழக்க நேர்ந்தாலும் பரவாயில்லை. அவ்வளவுதான்.

இரண்டு தரப்பு வாதங்களையும் பார்த்தாயிற்று. ஃபியூச்சர்ஸ் செய்வதா, வேண்டாமா? தீர்ப்பு என்ன?

5

ஃபியூச்சர்ஸ் செய்யலாமா, கூடாதா?

ஃபியூச்சர்ஸ் செய்யலாம். அது ஒரு நல்ல வாய்ப்புதான். நமது சமையலறையில் எத்தனையோ உபகரணங்கள் இருக்கின்றன. கேஸ் அடுப்பு, டிஷ் வாஷர், மிக்ஸி, கிரைண்டர், மைக்ரோ வேவ் அவன், வாட்டர் பியூரிஃபையர், ஷ்ரெடர் - இப்படிப் பல உபகரணங்கள். எல்லாமே உபயோகமானவைதான். அதனால்தான் அவற்றை விலை கொடுத்து வாங்கி வைத்திருக் கிறோம்.

ஆனால் அவற்றை எப்படிப் பயன்படுத்துகிறோம்?
தேவைப்படும்போது.
தேவைப்படும் அளவு.
அதைப் பயன்படுத்தும் விதமாக.

ஃபியூச்சர்ஸூம் அப்படித்தான். பங்குச்சந்தையில் பணம் செய்ய இருக்கும் பல வழிகளில் ஃபியூச்சர்ஸூம் ஒன்று. அதுவும் ஒரு பயனுள்ள உபகரணம்தான். சந்தேகமேயில்லை.

ஆனால் எப்போதும் அதை மட்டுமே செய்து கொண்டிருக்கக் கூடாது. மாவரைக்க வேண்டுமென்றால் கிரைண்டரைப் பயன்படுத்த வேண்டும். சுலபமாக இருக்கிறதென்று அதற்கும் மிக்ஸியையே பயன்படுத்தக்கூடாது அல்லவா? அதேதான் இங்கேயும்.

நிச்சயமான தகவல் இருக்கிறதா? செய்துவிட்டு, சரியான நேரத்தில் நேர் செய்துகொள்ளும் திறன் இருக்கிறதா? ஃபியூச்சர்ஸ் ஒரு நல்ல வாய்ப்பு. விலை இறங்கும் அல்லது ஏறும் என்று உறுதியாக தெரிய, அதை வைத்து குவாண்ட்டிட்டி செய்து நல்ல பணம் பார்க்கலாம்.

11.5.2007. உத்தரப்பிரதேச மாநிலத்தின் சட்டசபைத் தேர்தல் முடிவுகள் வெளிவரும் நாள். அதற்கு முந்தைய சில மாதங்க ளாகவே சர்க்கரை ஆலைப் பங்குகள் விலை இறங்கி இறங்கி, இதற்கு மேல் எப்படிக் குறைவது என்கிற நிலைக்கு வந்துவிட்ட நேரம்.

தேர்தல் முடிவுகள் வர ஆரம்பிக்கின்றன. உ.பி என்பது மிக அதிகமான கரும்பு உற்பத்தியும் சர்க்கரை ஆலைகளும் இருக்கிற மாநிலம். பகுஜன் சமாஜ் கட்சியின் மாயாவதி தனிப்பெரும் பான்மையுடன் ஆட்சிக்கு வரக்கூடும் என்பது தெரிய ஆரம் பித்ததும் பங்குச்சந்தையில் என்ன நடந்தது தெரியுமா? பஜாஜ் ஹிந்துஸ்தான், ஸ்ரீ ரேணுகா சுகர்ஸ், பல்ராம்பூர் சீனி முதலிய நிறுவனங்களின் விலைகள் 10 % உயர்வு.

பஜாஜ் ஹிந்துஸ்தான் பங்கு விலை அன்றைக்கு முடிவுகள் தெரிய ஆரம்பிக்கும் முன் சுமார் ரூ.160. தேர்தல் முடிவுகள் வந்தபின், மாலையில் ரூ.176. அதன் மார்க்கெட் லாட் 1900. ஸ்ரீ ரேணுகா சுகர்ஸ் உயர்ந்தது கிட்டத்தட்ட 45 ரூபாய். அதன் மார்க்கெட் லாட் 1000 பங்குகள். ஒரு லாட் வாங்கியவருக்கு ஒரே நாளில் லாபம் ரூ.45,000!

அதே தினம் (11.5.2007) இன்னொரு சுவாரஸ்யமான தகவலும் வந்தது. 'பஜாஜ் ஆட்டோ நிறுவனம் டீமெர்ஜெர் (Demerger) ஆகவிருக்கிறது. அதன் விவரங்கள் மே 17-ம் தேதி முடிவு செய்யப்படும்' என்பதுதான் அந்த தகவல். இந்தச் செய்தி அனைத்து பிசினெஸ் பத்திரிக்கைகளிலும் வந்திருக்கவில்லை.

ஆனால், பிசினெஸ்லைன் பத்திரிகையில் அதுதான் தலைப்புச் செய்தியே. அதை முதலில் பார்த்தவர்கள் நரி முகத்தில்

விழித்ததைப் போலத்தான். காரணம் காலையில் பரிவர்த்தனை தொடக்கத்தில் பஜாஜ் ஆட்டோ பங்குகளின் விலை ரூ.2,601. முதல் அரை மணி நேரத்துக்குள்ளாகவே கொஞ்சம் கொஞ்சமாக விலை உயர்ந்து ரூ.2,734 வரை போனது. மாலையில் சந்தை முடியும்போது விலை ரூ.2,714. ஒரே நாளில் நிகரமாக 114 ரூபாய் உயர்வு.

அதன் மார்க்கெட் லாட் 100. லாட் ஒன்றுக்கு ரூ.11,400 லாபம் பார்த்திருக்கலாம். விவரம் தெரிந்தவர்கள், பணபலம் உள்ள வர்கள் ஒரு லாட்தானா வாங்குவார்கள்?

இதுதான் ஃபியூச்சர்ஸ் கொடுக்கும் வாய்ப்பு. சரியாகப் பயன் படுத்தத் தெரிந்தால் நல்ல லாபம் பார்க்கலாம். ஆனால் சரியான செய்திகளின் அடிப்படையில் வாங்க வேண்டும். மேலும் நமக்குத் தெரியவரும் செய்தி சந்தையில் பலருக்கும் முன் கூட்டியே தெரிந்திருந்து, அதனால் விலைகள் ஏற்கெனவே நன்கு உயர்ந்திருந்தால், விலை அதற்குமேலும் உயரும் வாய்ப்பில்லை என்கிற நிலையில் போய் அதனை வாங்கக்கூடாது.

அதே பஜாஜ் ஆட்டோ. மே 17-ம் தேதி, அதாவது டீமெர்ஜர் பற்றிய முடிவுகளை அந்த நிறுவனம் அறிவித்த தேதி. இதோ அதோ என்று அறிவிப்புகள் வெளிவர மதியத்துக்கும் மேலாகி விட்டது. காலையில் இருந்தே, அந்தப் பங்கின் விலைகள் ஏறத் தயாராக இருந்தன. டீமெர்ஜர் என்றாலே வருமானத்தை அதிகரிக்கும் (Value unlocking) என்கிற எதிர்பார்ப்புதான் காரணம்.

ஆனால், ஏனோ திடீரென்று விலை இறங்க ஆரம்பித்தது. பலருக்கும் ஏதும் புரியவில்லை.

அன்று, பஜாஜ் ஆட்டோ பங்கு 10% இறங்கியது. 10% என்றால் கிட்டத்தட்ட ரூ.270. பங்கு ஒன்றுக்கே! ஒரு லாட்டான 100 பங்குகளுக்கு ரூ.27,000. ஏன் இறங்கியது தெரியுமா? சந்தை அல்லது வல்லுனர்கள் எதிர்பார்த்தது போல, ராகுல் பஜாஜின் இரு மகன்களுக்குமாக, பஜாஜ் நிறுவனங்கள் இரண்டாகப் பிரிக்கப்படவில்லை. மாறாக, ஹோல்டிங் கம்பெனி என்று ஒன்று மூன்றாவதாக உருவாக்கபட்டது மட்டுமல்ல, பஜாஜ் அலயான்ஸ் என்ற குழு நிறுவனத்தின் பங்குதாரருக்கு (அல யான்ஸ்) அந்தக் கூட்டத்தில் சாதகமாக ஆப்ஷன் பற்றிய முடிவு எடுத்ததுதான்.

இதனால் பஜாஜ் ஆட்டோவின் பங்கு விலை அடுத்த நாளும் அதற்கடுத்த நாளுமாகச் சேர்ந்து மேலும் 8%-க்கும் மேல் இறங்கியது. இப்படியே இறங்கி இறங்கி, ரூ.2,200 வந்து விட்டது. ஒரு வாரத்தில் பங்கு ஒன்றுக்கு 500 ரூபாய்க்கும் மேல் குறைவு. முன்பு ரூ.2,700 விலையில் வாங்கியவர்களுக்கு பயங்கர நஷ்டம்.

இங்கே ஒன்றைக் கவனிக்கவேண்டும். ஃபியூச்சர்ஸில் வாங்கத் தான் வேண்டும் என்பதில்லை. விலை இறங்கப் போகிறது என்று நிச்சயமாகத் தெரிந்தால், விற்றும் வைக்கலாம். இதே பஜாஜ் ஆட்டோ டீமெர்ஜர் பற்றி சரியாக தெரிந்தவராக நாம் இருந்தால் அல்லது சரியாகத் தெரிந்தவர் சொல்லும் தகவல் நமக்குக் கிடைத்திருந்தால், ரூ.2,600 அல்லது ரூ.2,500-ல்கூட ஃபியூச்சர்ஸில் விற்றுவைத்திருக்கலாம்.

பின்னால் அந்த மாத காண்டிராக்ட் முடியும் கடைசி வியாழக் கிழமைக்குள் திரும்ப வாங்கி நேர் செய்திருக்கலாம். நல்ல லாபம் கிடைத்திருக்கும்.

'டீமெர்ஜர்', 'A குரூப் அல்லது நிஃப்டி 50-க்குப் பங்கு மாற்றப் படுகிறது' போன்றவை இப்படிப் பெரிய விலை மாற்றங்கள் நடைபெறத்தக்க நேரங்கள். இவை மட்டும்தான் என்று இல்லை. 'போனஸ் கொடுக்கப் போகிறார்கள்', 'டேக்ஓவர் நடக்கப் போகிறது', 'ஸ்டாக் ஸ்பிலிட்' என்பது போலச் செய்திகள் வரலாம். அப்போதும் ரோலர் கோஸ்ட்டர் ரைடு போல விலைகள் புரளும்.

செய்திக்கும் வதந்திக்கும் வித்தியாசம் உண்டு. மேலும், 'என்று சொல்லப்படுகிறது', 'என்று நம்பப்படுகிறது', 'என்று எதிர் பார்க்கப்படுகிறது' போன்றவற்றை நம்பி, லாட் அளவு அதிக மிருக்கும் ஃபியூச்சர்ஸில் வாங்குவது பெரிய ரிஸ்க். செய்தி தவறானால், உடனேயோ, சற்று கழித்தோ, ஏறிய வேகத்தில் விலைகள் இறங்கும். இவற்றைக் கண்டறியும் திறனும் தாங்கும் மனப்பக்குவமும் இருப்பவர்கள் தாராளமாகச் செய்யலாம். பணமும் பார்க்கலாம்.

காத்திருக்கும் தைரியம் வேண்டும்

ஒரு பங்குத் தரகரின் அனுபவம் இது. அவரை சுரேஷ் என்று அழைப்போம். அவருக்கு 2006-ம் ஆண்டுத் தொடக்கத்தில் IFCI

பங்கு பற்றி நம்பிக்கை ஏற்பட்டிருக்கிறது. அதன் விலை கணிசமாக உயரும் என்று கணித்திருக்கிறார். உடனே அந்தப் பங்கினை ஃபியூச்சர்ஸில் சில லாட்டுகள் வாங்கிவிட்டார்.

அப்போது ஒரு பங்கு விலை ரூ.13 அல்லது 14 தானாம். அவர் வாங்கியபிறகு அது கொஞ்சம் இறங்கியிருக்கிறது. அவர் விற்கவில்லை. சரியாகிவிடும் என்று காத்திருந்திருக்கிறார். ஆனால் அப்போது, எவருமே எதிர்பாராத இறக்கம் வந்தது.

லண்டன் மெட்டல் எக்ஸ்சேஞ்ச் என்று ஒரு சந்தை இருக்கிறது. அது நமது MCX, NCDX போல ஒரு கமாடிட்டி சந்தை. அதில் பல மாதங்களாக உயர்ந்துவந்த உலோகங்களின் விலைகள் சடாரென ஒரே நாளில் சரிந்தன. அது லண்டனில் இருக்கும் சந்தை. அதன் வேலை நேரமும் நமது வேலை நேரமும் வேறுவேறு.

நமக்கு மதியம் 2.30 ஆகும்போதுதான் அவர்களுக்குக் காலை நேரம். அப்போதுதான் அவர்கள் சந்தையைத் திறப்பார்கள்.

15.5.2006 பங்குச்சந்தைக்கு ஒரு கரி நாள். அன்றுதான் எதிர்பாராமல் லண்டன் மெட்டல் எக்ஸ்சேஞ் மிக அதிகமாக வீழ்ந்தது. அன்றைய ஒரு தினத்தில் மட்டும் காப்பர், அலுமினியம், நிக்கல் போன்ற பல உலோகங்களின் விலைகள் 5, 10 சதவிகிதங்கள் வீழ்ந்தன. இவற்றுக்கும் பங்குச்சந்தைக்கும் என்ன தொடர்பு என்று சிலருக்குச் சந்தேகம் வரலாம்.

பங்குச்சந்தையில் இருக்கும் நிறுவனங்கள் பல உலோகத் தொழிலில் இருக்கின்றன. ஸ்டெர்லைட், நால்கோ, யுனைட்டட் பாஸ்பரஸ், டாடா ஸ்டீல், சேச கோவா. இப்படிப் பல. தவிர உலோகம் சார்ந்த தொழிலில் (இடுபொருளாகவோ, விற்பனைப் பொருளாகவோ உலோகங்கள்) பல நிறுவனங்கள் இருக்கின்றன. அவையும் பாதிக்கப்படும். இப்படி, ஒரு துறை அடிவாங்க, என்னவோ ஏதோ என்று மற்றவையும் இறங்கும். இதனால் சென்செக்ஸ், நிஃப்டி போன்ற குறியீட்டு எண்கள் இறங்கும். (மலை மீதிருந்து ஒரு பெரிய பாறை உருள, அது உருண்டு விழும்போது, கூடவே இன்னும் பல பாறைகளும் கற்களும் உருண்டுவிழுவது போல.)

அது இந்தியப் பங்குச்சந்தையிலும் நடந்தது. மும்பை பங்குச் சந்தை அன்றைய ஒரே தினத்தில் 462 புள்ளிகள் வீழ்ந்தது. அன்றைய நிலவரப்படி அது 3.77%. பெரிய வீழ்ச்சி.

குறியீட்டு எண்கள் இறங்கினால் அது அபசகுனம் போல. பலரும் பயந்து விற்க ஆரம்பிப்பார்கள். இதனால் மேலும் சரிவு. அதுவரை தொடர்ந்து விலை உயர்ந்து வந்த காரணத்தினால், லாபத்தில் இருக்கும் பலரும் 'சரி, போதும்' என்று Profit booking செய்ய ஆரம்பிப்பார்கள்.

அதுவும் நடந்தது. அதனால் ஒரு நாள் விட்டுவிட்டு மீண்டும் 18.5.2006 அன்று ஒரேயடியாக 826 புள்ளிகள் வீழ்ந்தது. சதவிகிதத்தில் மிக அதிகமான அளவு - 6.76%. சராசரியாக 6.76%. எல்லாம் ஒரே நாளில் என்றால் எப்படியிருக்கும்? எல்லா இடமும் ஒரே ரத்தக்களரிதான்.

இவ்வளவும் நடக்கும்போது IFCI மட்டும் விதிவிலக்காக நிற்கவா முடியும்? ஆடிக்காற்றில் அம்மியே பறக்கிற நேரம். இன்போசிஸ், ரிலையன்ஸ், TCS, ONGC, பஜாஜ் ஆட்டோ போன்ற புளூ சிப் பங்குகளே விலைகள் சரிந்த நேரம் அது. IFCI எல்லாம் சீந்துவார் இல்லாமல் கிடக்கும். தினம் தினம் விலை இறங்கும். இறங்கியது.

எல்லா பங்குகளும் விலை இறங்கினால், நாமும் கையில் இருப் பதை விற்றுவிடலாம். பின்னர் விலை இறங்குவது நிற்க ஆரம் பித்ததும் வேண்டுமானால் வாங்கிக் கொள்ளலாம் என்றுதான் பெரும்பாலானவர்களுக்குத் தோன்றும். சுரேஷ் வேறு மாதிரி. அவர் என்ன செய்தார்? 'தெரிந்துதான் வாங்கியிருக்கிறோம். நிலைமை நிச்சயம் சீராகும்' என்று நம்பி, IFCI பங்குகளை அவர் ஃபியூச்சர்ஸில் விற்கவில்லை. மாதாமாதம் கர்ம சிரத்தையாக ரோல் ஓவர் செய்தார். விலை இறங்க இறங்க, சுரேஷ் மார்க் டு மார்க் பணம் கட்டிக் கொண்டே வந்தார்.

14 ரூபாய்க்கு வாங்கிய பங்குகள் ஒரு நேரத்தில் வெறும் எட்டு ரூபாய்க்கே வந்துவிட்டது. லாட் அளவோ 31,500 (ஆமாம், அப்போது அதன் விலை குறைவாக இருந்ததால் அவ்வளவு அதிகமான பங்குகளைக் கொண்டது ஒரு லாட்) சுரேஷிடம் இப்படிப் பல லாட்டுகள். அன்றைக்கு அவருக்கு மொத்தம் மூன்று விதமான வாய்ப்புகள் இருந்தன. அவர் கையில் இருப்பதை விற்றிருக்கலாம். 'இன்னும் அதிகமாக இறங்கினால்?' என்று யோசிப்பதால் வரும் செயல்பாடு.

'ஆகட்டும், வாங்கியது வாங்கியாயிற்று, நல்ல பங்குதான். நிலைமை சரி ஆகும்வரை காத்திருப்போம். என்ன ஆனாலும் சரி, மேலும் வரக்கூடிய நஷ்டத்தைத் தடுக்கிறேன் என்று இந்தக்

குறைந்த விலையில் விற்று, நஷ்டத்தைக் கையில் பிடிக்க வேண்டாம்' என்று நினைப்பது.

'அட! இன்னும் விலை இறங்குகிறதே! நல்ல பங்காயிற்றே. அதனால் இந்தக் குறைந்த விலையில் இன்னும் கொஞ்சம் லாட்டுகள் வாங்கி, நமது சராசரி விலையைக் குறைத்துக் கொண்டுவிடலாமே' என்று கணக்கு போடுவது.

சுரேஷ் எடுத்த நிலைப்பாடு இரண்டாவது. கையில் இருப்பதை விற்று நஷ்டமும் பார்க்கவில்லை. மேலும் மேலும் வாங்கிச் சுமையை அதிகமாக்கிக் கொள்ளவும் இல்லை. அதாவது அவர் சலனப்படவில்லை. விலை இறங்கியது, அவரைக் கலவரப் படுத்தவும் இல்லை. அவரை ஆசைப்பட வைக்கவும் இல்லை.

இது எல்லா சமயத்திலும் எல்லா பங்குகளுக்கும் பொருந்தாது என்பது தெரிந்ததுதான். அவரிடம் கேட்டேன், 'எப்படிச் சமாளித்தீர்கள்?' என்று. 'ஃபியூச்சர்ஸில் மார்ஜின் பணம் கட்டினால் போதும் என்கிற வாய்ப்பு இருந்தாலும், நான் மொத்த லாட்டுக்குமான மொத்தப் பணத்தையும் வைத்துக்கொண்டுதான் இறங்குவேன். விலை இறங்கினால், இறங்க இறங்க மார்ஜின் கொடுத்துக்கொண்டே இருப்பேன்' என்றார்.

கடைசியில் அவர் விற்ற விலை என்ன தெரியுமா? ரூ.35! எல்லாம் ஒருவருட காலத்துக்குள் நடந்தது. 14-க்கு வாங்கி, 35-க்கு விற்றிருக்கிறார். இடையில் அது 8-க்கு வந்திருக்கிறது. மனிதர் அசையவில்லை. இதில் இன்னொரு கூடுதல் தகவலையும் தெரிந்துகொள்ள வேண்டும். சுரேஷுக்கு நடந்தது எல்லாம் காளை காலத்தில் (Bull Phase). இடையில் கொஞ்சம் இறங்கினாலும் 2003 முதல் தொடர்ந்து நடக்கும் காளை காலம். அதனால் விலைகள் மீண்டும் ஏறின.

இப்படிப்பட்ட நிலையில் சுரேஷ் எடுத்த முடிவு சரிதான். ஆனால் இதற்கு மாறான சூழ்நிலைகளில் சுரேஷ் எடுத்த முடிவுதான் சரி என்று சொல்ல முடியாது. தேவை, சரியான கணிப்பும் மனோ திடமும். சுரேஷ் செய்ததுபற்றி ரமேஷ் என்ற இன்னொரு தரகரிடம் பேசியபோது அவர் சொன்னார், 'ஆமாம் சார், மார்க்கெட் சென்டிமெண்டைப் பார்க்காதீங்க. எப்பவும் கம்பெனியை நம்பி பெட் கட்டுங்க. எப்படியும் வெளியில வந்திடலாம். பணமும் பார்க்கலாம்.'

‘அட, இது என்ன பெட் கட்டுவது என்கிறார்! அப்படியென்றால் இது என்ன சூதாட்டமா?’ என்று கேட்கத் தோன்றும். அவர் சொல்வது, நல்ல நிறுவனமாகப் பார்த்து வாங்கினால் சந்தை இறங்கினாலும் கவலைப்படாமல் அதனைத் தொடர்ந்து வைத்திருக்கலாம் என்பதுதான்.

சுரேஷ் செய்ததில் எல்லாமே சரிதானா? அதனால் பாதகம் ஒன்றும் இல்லையா? ஒன்று இருக்கிறது. வாங்கியதை விற்காமல் வைத்திருப்பதால், நம்மிடம் இருக்கும் பணம் முடங்கி விடுகிறது. அதனால் வேறு எதையும் செய்யமுடியாது. வாங்கிய விலை வருகிற வரை, அதே பங்கோடு உடகார்ந்திருக்க வேண்டியதுதான். நகராத வரிசையில் நிற்பது போலத்தான். வரிசை ஒரு நாள் நகரும். அதுவரை வேறு வரிசைக்குப் போய் வேறு எதையும் வாங்க முடியாது என்பதுதான் ஒரு சிரமம்.

அதனால்தான் சிலர் முதல் வாய்ப்பிலேயே, இறங்க ஆரம்பித்ததை விற்றுவிட்டு, கையில் பணத்துடன் சந்தையைக் கவனிக்கிறார்கள். மேலும் மேலும் இறங்குகிறதா? ‘நல்லது. இன்னும் இறங்கட்டும். இன்னும் நல்ல விலையில் வாங்கிக் கொள்கிறேன். அதிலும்கூட நன்கு இறங்கியிருக்கிற நல்ல பங்காகப் பார்த்து வாங்கிக் கொள்ளுகிறேன்’ என்கிறார்கள்.

சென்னையைச் சேர்ந்த ஒரு பங்குச்சந்தை ஆலோசகர் தனது வாடிக்கையாளர்களுக்கான கடிதத்தில் (2007 மார்ச்) இப்படி எழுதியிருந்தார்.

‘ரிலையன்ஸ் பெட்ரோலியம் இப்போதைக்கு வாங்குவதற்கு நல்ல பங்காகத் தெரிகிறது. ஃபியூச்சர்ஸில் வாங்கலாம். வாங்கி ரோல் ஓவர் செய்துகொண்டே போகலாம். ரிலையன்ஸ் பெட்ரோலியம் இன்னும் உற்பத்தியை ஆரம்பிக்கவில்லை. சீக்கிரமே தொடங்கிவிடுவார்கள். அதற்கான வேலைகள் ஜரூராக நடைபெற்று வருகின்றன. அப்படி உற்பத்தி தொடங்கும் நேரம் அதன் விலை நிச்சயமாக 100 ஆக இருக்கும்.’

அவர் எழுதிய போது அதன் விலை ரூ.70 - 72. மார்க்கெட் லாட் 3,350. அதே பங்கின் மே மாத விலை (11 ம் தேதி) ரூ 88.

பங்கு ஒன்றுக்கு ரூ.16 வீதம் 3,350 பங்குகளுக்கு ரூ.53,600 லாபம். இது ஒரு லாட்டுக்கு. கையில் ஏகமாகப் பணம் வைத்திருக்கும்

High Networth Individuals (HNIs) வாங்கினால் ஒரு லாட்டா வாங்குவார்கள்? பின்னால் நவம்பர் மாதத்தில் அதுவே சுலபமாக ரூ.210 வந்துவிட்டது.

ஒரு ரிசர்ச் அனலிஸ்ட். அவர் மே 2007-ல் சொன்னார், 'ஷிப்பிங் கார்பரேஷன் ஆப் இந்தியா (SCI) அதன் முக்கிய நெடுங்காலத் தடைகளை (Resistance) இப்போது தாண்டியிருக்கிறது. தற்சமயம் அதன் விலை ரூ.221. இனி அது மிக அதிகமாக உயரும் வாய்ப்பு இருக்கிறது. தொடர்ந்து வாங்கலாம்' என்று.

கணிப்பு சரி என்று எடுத்துக் கொள்கிறவர்கள், அந்த பங்குகளை ஃபியூச்சர்ஸில் வாங்குவார்கள். வாங்கி, தொடர்ந்து ரோல் ஓவர் செய்வார்கள். நல்ல விலை வந்ததும், லாட் லாட்டாக விற்பார்கள். லாட் லாட்டாகப் பணமும் பார்ப்பார்கள். ஷிப்பிங் கார்ப்பரேஷன் ஒருநேரம் நவம்பர் 2007-ல் 282 ரூபாய் வரை போனது.

அதே சமயம், தன் சக்திக்கு மீறி இதில் இறங்கினால், சரியான முடிவுகளைச் சரியான நேரத்தில் எடுக்காவிட்டால், நம்முடைய செல்வத்தை வெகு துரிதமாக இழப்பதற்கும் இது வழிவகுத்து விடும். பலர் இதனைச் சுலபம் என்று எண்ணி, ஒன்றிரண்டு தற்செயலான வெற்றிகளை வைத்து, அகலக் கால் வைத்து மாட்டியிருக்கிறார்கள்.

ஃபியூச்சர்ஸ் மிக ஜாக்கிரதையாகச் செய்யவேண்டிய விஷயம்.

பல ஆண்டுகளாக ஐநூறும் ஆயிரமுமாகப் பார்த்த லாபங்களை, சொடக்கு போடும் நேரத்தில் ஒன்றிரண்டு லாட்களின் விலைகள் விழுந்ததில் இழந்தவர்கள் இருக்கிறார்கள்.

ஃபியூச்சர்ஸ் ஒரு வலுவான ஆயுதம். நூதனமானதும்கூட. ஆனால் மிகவும் கூரான ஆயுதம். பயன்பாடு அதிகம். அது நம் கையைப் பதம் பார்த்துவிடாமல் பயன்படுத்திக்கொள்ள வேண்டும்.

இவ்வளவு விஷயங்கள் இருக்கிற ஃபியூச்சர்ஸ் பயன்படுத்து வதில் கவனிக்க வேண்டியவை என்னென்ன என்று ஒரு பட்டியல் இருந்தால் நல்லது என்று தோன்றுகிறதா?

ஓ. இதோ.

ஃபியூச்சர்ஸில் இறங்குவதற்குமுன் கவனிக்க வேண்டியவை

1. நாம் வாங்க நினைக்கிற பங்கு F&O-ல் இருக்கிறதா?

2. அந்தப் பங்கு புதிதாக இப்போதுதான் F&O-வுக்குள் வந்திருக்கிறதா? (உதாரணத்துக்கு யுனிடெக் மற்றும் சில பங்குகள் 14.5.2007 முதல்தான்) அப்படியென்றால் அதில் 'விளையாட்டு' அதிகமிருக்கலாம்.

3. நாம் வாங்க நினைக்கும் பங்கு F&O-வை விட்டு வெளியேற வாய்ப்பு இருக்கிறதா? அதிகம் பரிவர்த்தனை இல்லாத பங்குகளை F&O-வைவிட்டு பங்குச்சந்தை நிர்வாகம் வெளியேற்றிவிடும். அதனால், அதற்குமுன், வாங்கியதையோ, விற்றதையோ, ஒருவர் கட்டாயமாக குறிப்பிட்ட காலத்தில் நேர்செய்ய வேண்டிவரும். இதில் லாபமா, நஷ்டமா என்கிற பேச்சே இல்லை.

4. நாம் வாங்க நினைக்கும் பங்கின் 'லாட் அளவு' மாற உள்ளதா? விலை அதிகரிக்கும் பங்குகளின் லாட் அளவுகள் குறைக்கப்படும். விலை குறையும் பங்குகளின் லாட்கள் அதிகரிக்கப்படும். குறிப்பிட்ட காலத்துக்கு ஒருமுறை. இதனால் மார்ஜின்களும் மாறும்.

5. நாம் வாங்க நினைக்கும் நிறுவனம் ஸ்டாக் ஸ்பிலிட், போனஸ், டிமெர்ஜர் போல எதையாவது செய்ய நினைக் கிறதா? ஜிடெலி, இண்டியா புல்ஸ், ரிலையன்ஸ், GE ஷிப்பிங் போன்ற நிறுவனங்கள் 2006 இறுதி மற்றும் 2007 தொடக்கத்தில் சில கார்பரேட் ஆக்ஷன்களைச் செய்தன.

   டீமெர்ஜர் நடந்தால் தாய் நிறுவனத்தில் இருந்து பிரியும் எல்லா புதிய நிறுவனங்களும் F&O-வில் பட்டியல் இடப்படும் என்று சொல்ல முடியாது. அவற்றின் வர்த்தக எண்ணிக்கை போன்றவற்றைப் பொறுத்து பட்டியல் இடப்படலாம், இடப்படாமலும் போகலாம்.

6. வாங்க நினைக்கும் பங்கின் நிர்வாகத்தினரே, அந்தப் பங்கின் விலைகளில் ஆர்வமாக இருக்கின்றனரா? அப்படி ஆர்வமெடுத்துச் செயல்படும் நிறுவனங்களிடம் உஷாராக இருக்கவேண்டும். (Price Manipulations இருக்கலாம்.)

நவம்பர் 2007-ல் RPL நிர்வாகம் கிட்டத்தட்ட 5% பங்குகளை சந்தையில் விற்றிருப்பதாகத் தகவல் வெளியானது. அந்த மாதம்தான் அந்தப் பங்கின் விலை 10, 20 சதவிகிதம் விலை உயர்ந்து 295-யைத் தொட்டது. பின்பு 198-க்கு வீழ்ந்தது.

7. வாங்க நினைக்கும்போது கேஷ் மார்க்கெட் விலைக்கும், அதன் ஃபியூச்சர்ஸ் மார்க்கெட் விலைக்கும் இடையே உள்ள வித்தியாசம் என்ன? அதிகமா, குறைவா? வித்தி யாசம் என்றால் ஃபியூச்சர்ஸில் விலை கூடுதலா, குறைவா? ஏன்? யோசிக்க வேண்டும். அதன்படி முடிவெடுக்க வேண்டும்.

8. நாம் எதற்காக வாங்குகிறோம்? உடனடி லாபத்துக்கா? அல்லது ஓரளவு நீண்ட காலம் வைத்திருந்து, கணிசமான லாபம் பார்க்கவா? அதைப் பொறுத்து 'கரண்ட்', 'நெக்ஸ்ட்' அல்லது 'ஃபார் மன்த்' காண்டிராக்டுகளில் வாங்க வேண்டும்.

9. நாம் வாங்க நினைக்கும் பங்கு விலை குறைந்தால், அதை தொடர்ந்து பராமரிக்க, கட்ட வேண்டிய அளவு மார்ஜின் பணம் நம்மிடம் தயாராக உள்ளதா? அதை ஏற்பாடு செய்து கொண்டுதான் இறங்கவேண்டும்.

10. நாம் ஃபியூச்சர்ஸில் வாங்க இருப்பது, ஒரு நிறுவனப் பங்கை மட்டும்தானா? இங்கேயும் Portfolio-வை உருவாக்கலாம். ஒரு தகவல் தொழில்நுட்ப நிறுவனப் பங்கு, இரண்டு சிமிண்ட் நிறுவனங்கள், ஒரு தகவல் பரிமாற்றம் (கம்யூனிகேஷன்), ஒரு மருந்து நிறுவனம் என்பது போல. சூழ்நிலைகள், தகவல்கள் மாற மாற, இவற்றையும் மாற்ற லாம் (Shuffle செய்யலாம்).

11. நாம் கேஷ் மார்க்கெட்டில் மொத்தமாக எவ்வளவு முதலீடு செய்திருக்கிறோம்? ஃபியூச்சர்ஸில் எவ்வளவு செய்யலாம். இரண்டுக்கும் என்ன விகிதாசாரம் (Ratio). அது தாங்கக்கூடிய அளவா? (ரிஸ்க் அதிகம் எடுக்க விரும்பாதவர்கள் அதிகமாக கேஷ் மார்க்கெட்டில் ஈடுபடலாம்.)

12. ஒரே பங்கை கேஷ் மார்க்கெட்டிலும் ஃபியூச்சர்ஸிலும் வாங்க நினைக்கிறோமா?

13. ஃபியூச்சர்ஸில் எல்லா சமயமும் வாங்கத்தான் வேண்டும் என்பதில்லை. நேரம் பார்த்து கையில் இல்லாமலேயே விற்றும் வைக்கலாம். இறங்கியதும் நேர் செய்து கொள்ளலாம்.

14. Short போன (இல்லாமல் விற்ற) பங்கு ஒப்பந்தங்களையும், ரோல் ஓவர் செய்யலாம். தடையில்லை. இன்னும் குறையும் என்று தெரிந்தால். இல்லாவிட்டால், 'ஆளைவிடு, போதும்' என்று வருத்தம் பார்க்காமல், Square off செய்து கொள்ள வேண்டும்.

15. ஃபியூச்சர்ஸில் வாங்கியபிறகு கவனமாக விலை நட மாட்டத்தைக் கவனித்துக் கொண்டே இருக்கவேண்டும். லாட் அளவு பெரியது என்பது முக்கியக் காரணம்.

16. இந்த மாதம் பங்குச்சந்தை எப்படியிருந்திருக்கிறது? ஏறுமுகமா? இறங்குமுகமா? அடுத்த மாதம் பற்றிய பரவ லான எதிர்பார்ப்பு என்ன? இறங்குமா? ஏறுமா?

இவற்றுக்கான பதில்களைப் பொறுத்து, ஃபியூச்சர்ஸில் என்ன செய்யலாம் என்பதை முடிவு செய்யவேண்டும்.

கேஷ் மார்க்கெட்டில் டெக்னிக்கல் காரணங்களுக்கான பங்குகள் விலை ஏறுவதும் இறங்குவதும் நடைபெறும். ஃபியூச்சர்ஸிலும், கேஷ் மார்க்கெட்டை ஒட்டி விலைகள் மேலும் கீழும் போகும். தவிர, மாதக் கடைசியில் மாற்றங்கள் இருக்கும். அந்தந்த மாத ஒப்பந்தங்களை அந்த மாதக் கடைசி வியாழக்கிழமைக்குள் நேர் செய்துகொள்ள வேண்டுமல்லவா? அதனால்தான்.

மிக அதிகமாக வாங்கி வைத்தவற்றை, ரோல் ஓவர் செய்ய தைரியமில்லாமல் பலர் விற்பார்கள். அதனால் விலைகள் இறங்கும். இதனைத்தான் F&O முடிவினால் சந்தையில் இறக்கம் என்கிறார்கள். கடைசி வியாழன்வரை கூட இல்லை. அது நெருங்கும்போதே விலைகளில் தெரிய ஆரம்பிக்கும். முன் ஜாக்கிரதைக்காரர்கள், முன்னதாகவே விற்பார்கள்.

சந்தை பற்றிய நம்பிக்கை அதிகம் இருந்தால், பலரும் முடிவுறும் மாதத்தில் விற்று அடுத்த மாத காண்டிராக்டை வாங்கிக் கொள்வார்கள். பலரும் இப்படிச் செய்தால், விலைகள் விழாது. இதனை Smooth Roll over என்பார்கள். ரயில்வண்டி ஒரு ஜதை

தண்டவாளத்தை விட்டு, அடுத்த ஜதை தண்டவாளத்துக்கு லகுவாக மாறுவதுபோலத்தான்.

ஒருகால், மாதம் முழுக்க (கெட்ட செய்திகள் காரணமாக) விலைகள் விழுந்திருந்தால், மாத இறுதியில் விலைகள் ஏறும்! ஃபியூச்சர்ஸில் விற்று வைத்திருப்பவர்கள் எல்லாம், ஒன்று ரோல் ஓவர் செய்ய வேண்டும். அல்லது, வாங்கி நேர் செய்து கொள்ள வேண்டும். பலரும் வாங்க விலைகள் என்ன ஆகும்? உயரே கிளம்பும்.

ஆக ஃபியூச்சர்ஸில் பரிவர்த்தனை செய்பவர்கள் மாதக்கடைசி பற்றிய விழிப்புணர்வு அதிகம் கொண்டிருக்க வேண்டும். நாம் தொடர்பு கொள்ளாவிட்டால், தரகரே கணக்கை நேர் செய்து விடலாம்.

•

அனுபவப்பட்டவன் என்கிற முறையில் ஃபியூச்சர்ஸ் புதியதாகச் செய்ய விரும்பும் நண்பர்களுக்கு நான் சொல்லும் பத்து ஆலோசனைகள் இவைதான்.

1. எவ்வளவு நன்றாகத் தெரிந்தாலும்கூட சக்திக்கு அதிகமான லாட்டுகளை வாங்க வேண்டாம். அல்லது விற்று வைக்கவும் வேண்டாம். எவரும் எதிர்பாராத நேரம், நேர் எதிராக மாற்றங்கள் நிகழ்வது என்பது சந்தையில் வழக்கம். அதன் காரணங்கள் பல.

2. ஒரே பங்கின் லாட்டுகளில் அதிகமாக இறங்கவேண்டாம்.

3. லாட்டுகள் வாங்கிய அல்லது விற்று வைத்தபிறகு, தினசரி கவனிப்பதும், தினசரியே ஸ்டாப் லாஸ் போட்டு வைத்து காப்பாற்றிக் கொள்வதும் அவசியம்.

4. கேஷ் மார்க்கெட்டிலும் ஃபியூச்சர்ஸ் மார்க்கெட்டிலும் ஒரே திசையில் (வாங்கி வைப்பது அல்லது விற்று வைப்பது) வேண்டாம். பிரச்னை என்றால் இரண்டும் சேர்ந்து கெடுக்கும்.

5. தவறு செய்துவிட்டால் (அதிக விலைக்கு வாங்கியிருப்பது அல்லது குறைந்த விலையில் ஷார்ட் போயிருப்பது) அதைச் சரி செய்கிறேன் என்று, கேஷ் மார்க்கெட் போல,

கூடுதலாகச் செய்து ஆவரேஜ் செய்ய முயற்சி செய்ய வேண்டாம். இங்கே லாட் என்பது அதிகம்.

6. கேஷ் மார்க்கெட் இன்வெஸ்ட்மெண்ட் என்பது, எப் போதும் லாபகரமானதும் பாதுகாப்பானதும் ஆகும். அதை விட்டுவிட்டு, புதியதாக தெரிந்துகொண்டு விட்டதாலேயே ஃபியூச்சர்ஸ் செய்கிறேன் என்று அதிலேயே ஒரேயடியாக இறங்கிவிட வேண்டாம். எப்போதும் நிச்சயமாகப் பணம் செய்வது என்பது ஃபியூச்சர்ஸில் சிரமம்.

7. வாங்கிய லாட்டின் விலை குறைகிறது. ஆனால் சந்தையின் லாங் டெர்ம் அவுட்லுக் நன்றாகத்தான் இருக்கிறது என்று நிச்சயமாகத் தெரிந்தால், ரோல் ஓவர் செய்து, காத்திருக்கலாம்.

8. பங்குகளின் டெக்னிக்கல் பொசிஷன் பார்த்துவிட்டு லாட்டுகள் வாங்கலாம், விற்கலாம். டெக்னிக்கல் ஆலோ சனைகள் என்பவை, அவர்கள் சொல்லும் நாள்களுக்கு மட்டுமே பொருந்தும். அதன் பிறகு மாறிவிடும். இங்கே கவனம் தேவை.

9. கேஷ் மார்க்கெட்டுக்குச் சொல்லப்படும் 'வாங்கலாம்', 'விற்கலாம்' போன்ற ஆலோசனைகளை மற்றும் 'சப்போர்ட் & ரெசிஸ்டென்ஸ்' அளவுகளை அப்படியே ஃபியூச்சர்ஸ் மார்க்கெட்டுக்கு எடுத்துக் கொள்ள முடியாது. இரண்டுக்கும் பல வேறுபாடுகள் இருக்கின்றன.

10. கொடுப்பதற்கு மார்ஜின் பணம் இருக்குமளவு மட்டுமே ஃபியூச்சர்ஸில் இறங்க வேண்டும். 'என்ன ஆகிவிடும், பார்த்துக் கொள்ளலாம்', 'இன்றைக்குள்ளே வெளியே வந்துவிடலாம்' என்கிற நினைப்புகள் கண்டிப்பாகப் பிரச்னையில்தான் மாட்டிவிடும்.

ஃபியூச்சர்ஸ் என்கிற அற்புதமான பணம் பண்ணும் ஆயுதம் இப்போது உங்கள் கையில். இதைக் கவனமாகப் பயன்படுத்த வேண்டியது உங்கள் பொறுப்பு.

6

ஆப்ஷன்ஸ் அறிமுகம்

பங்குச்சந்தை என்றால் அது பெரும்பாலும் கேஷ் மார்க் கெட்டையே குறிக்கிறது. நம் நாட்டில் மட்டுமல்ல. எல்லா நாடுகளிலும் இதே நிலைதான்.

பங்குச்சந்தையில் பல வருடங்களாகப் புழங்கும் பெரும் பாலானவர்களுக்கும் F&O பற்றி தெரிவதில்லை. ஃபியூச்சர்ஸ் பற்றி ஓரளவு தெரிந்திருந்தாலும் அவர்களுக்கு இந்த ஆப்ஷன்ஸ் என்பது தெரிவதில்லை.

ஆப்ஷன்ஸ் என்பது பங்குச்சந்தையில் பணம் செய்வதற்கான மற்றுமொரு வழி. கொஞ்சம் நுட்பமான வழியும்கூட.

கேஷ் மார்க்கெட் என்பது மலைக்கு நடந்தே ஏறிப் போவது போல. பெரும்பாலும் உயர்வு மெதுவாகத்தான் வரும். ஃபியூச் சர்ஸ் கொஞ்சம் வேகமாகப் போகும் பாதை (இரு திசையிலும்). ஃபியூச்சர்ஸ் செய்வது ஒரு காரில் மலை ஏறுகிற மாதிரி. ஆனால், இந்த ஆப்ஷன்ஸ் 'வின்ச்' சில் (Rope Car) போவது போல. 'விர்

என்று மிக வேகமாக மேலே போகலாம். (கீழே வரலாம் என்பதைத் தனியாகச் சொல்லத் தேவையில்லை.)

அதென்ன ஆப்ஷன்ஸ் என்பது நுட்பமான வழி, வேகமான வழி என்றெல்லாம் மீண்டும் மீண்டும் குறிப்பிடுகிறீர்கள்! அப்படி யென்னதான் அது வித்தியாசமான வழி என்று தெரிந்து கொள்ள ஆர்வமாக இருக்கிறதா?

சேஷ கோவா நிறுவனத்தைப் பின்பு ஸ்டெர்லைட் நிறுவனம் வாங்கிவிட்டது. அதனால், பிற்பாடு சேஷ கோவா என்று ஒரு பங்கு வர்த்தகம் ஆவதில்லை. 'மெர்ஜ்' ஆகிவிட்டது. ஆனாலும் உதாரணத்துக்கு அதே பங்கையும் அப்போதைய விலைகளையும் பார்க்கலாம்.

2011, ஏப்ரல் மாதம், சேஷ கோவா பங்கு 'தகதக'வென கனன்று கொண்டிருந்த நேரம். ஒருவருக்கு, அது நிச்சயம் விலை ஏறும் என்று தோன்றுகிறது. அவர் என்ன செய்யலாம்?

கேஷ் மார்க்கெட்டில் செய்வதாக இருந்தால் 1000 பங்குகளை ரூ.295 வீதம் வாங்கி வைக்கலாம். இரண்டு லட்சத்து 95 ஆயிரம் ரூபாய் கொடுத்து, டெலிவரி எடுத்து, அவரது டிமேட் கணக்கில் வரவு வைத்துக்கொள்ளலாம். அவர் நினைத்த அளவு விலை ஏறியபிறகு, விற்று லாபம் பார்க்கலாம்.

கேஷ் மார்க்கெட் பரிவர்த்தனையின் அம்சங்கள் என்ன?

கேஷ் மார்க்கெட்

பங்கு: சேஷ கோவா **விலை:** ரூ.295

வாங்கக்கூடிய பங்கு எண்ணிக்கை: 1000

தேவைப்படும் முதல்: ரூ.2,95,000

எப்போது பணம் கொடுக்கவேண்டும்?: T+2 செட்டில்மெண்ட். அதாவது 2 நாள்களுக்குள்.

எவ்வளவு பணம் கொடுக்கவேண்டும்?: ரூ.2,95,000. அதாவது முழுப்பணமும்.

எப்போது விற்கலாம்?: T+2 வுக்குப் பிறகு. அதாவது, டெலிவரி வந்தவுடன் எப்போது வேண்டுமானாலும். (அல்லது Intra day பங்காக இருந்தால் அன்றைய தினமே)

எப்போதைக்குள் விற்றாக வேண்டும்?: அப்படி ஏதும் கட்டாயம் இல்லை. எவ்வளவு ஆண்டுகள் வேண்டுமானாலும் வைத் திருக்கலாம்.

விலை ஏறினால்: விற்கலாம். அல்லது கூடுதல் விலைக்காகத் தொடர்ந்து வைத்திருக்கலாம்.

விலை குறைந்தால்: விலை உயரக் காத்திருக்கலாம். அல்லது விற்கவும் செய்யலாம்.

பங்குச்சந்தையில் இருக்கும் மற்றொரு வழியான ஃபியூச்சர்ஸ் பற்றியும் நமக்கு இப்போது தெரியும். வேறு ஒருவர் அதே ரிலையன்ஸ் பங்கினை ஃபியூச்சர்ஸில் வாங்குகிறார். அதே 150 பங்குகள். அந்தப் பரிவர்த்தனையின் அம்சங்கள் என்ன?

ஃபியூச்சர்ஸ் மார்க்கெட்

பங்கு: சேஷ கோவா ***விலை:*** ரூ.295

வாங்கக்கூடிய பங்கு எண்ணிக்கை: 1000 (மார்க்கெட் லாட்)

தேவைப்படும் முதல்: ரூ.23,180 (ஆமாம். மார்ஜின் பணம் மட்டும்தான்).

எப்போது பணம் கொடுக்க வேண்டும்?: உடனடியாக

எவ்வளவு பணம் கொடுக்க வேண்டும்?: ரூ.23,180 (மார்ஜின் பணம் கொடுத்தால் போதும்)

எப்போது விற்கலாம்?: அன்றே அல்லது வாங்கிய மாத காண்டிராக்டுக்குள்ளாக எப்போது வேண்டுமானாலும்.

எப்போதைக்குள் விற்றாக வேண்டும்?: எந்த மாத காண்டிராக்டில் வாங்கினோமோ, அந்த மாதத்தின் கடைசி வியாழக்கிழமைக் குள் கட்டாயம் விற்றாக வேண்டும்.

விலை ஏறினால்?: மேலே குறிப்பிட்ட காலம் வரை காத்திருக்க லாம். அல்லது உடனேயும் விற்கலாம்.

விலை இறங்கினால்?: காண்டிராக்ட் கால இறுதி வரை மட்டும் விலை உயரக் காத்திருக்கலாம், அந்த எப்படியும் அந்தக் குறிப்பிட்ட காலத்துக்குள் விற்றே ஆக வேண்டும். மார்க்கெட் லாட்டும் மார்ஜின் பணமும் மாறுதலுக்குட்பட்டவை.

இனி மூன்றாவது வழியைப் பார்ப்போம். அதன் பிறகு மூன்று வழிகளையும் ஒப்பிட்டு அவற்றின் நன்மை தீமைகளைப் பற்றிப் பார்ப்போம். அந்த மூன்றாவது வழிதான் நாம் இந்தப் பகுதியில் பார்க்கவிருக்கும் ஆப்ஷனஸ்.

ஆப்ஷன்ஸ் மார்க்கெட்

பங்கு: சேஷ கோவா ***விலை:*** *ரூ.295*

தேவைப்படும் முதல்: *ரூ.4,000 முதல் ரூ.8,000 வரை*

வாங்கக்கூடிய பங்கு எண்ணிக்கை: *1000 (ஆமாம், நம்புங்கள்!)*

எப்போது பணம் கொடுக்கவேண்டும்?: உடனடியாக

எவ்வளவு பணம் கொடுக்கவேண்டும்?: *ரூ.4,000 முதல் ரூ.8,000 வரை (**பிரீமியம்** மட்டும் கொடுத்தால் போதும்)*

எப்போது விற்கலாம்?: *அன்றே அல்லது வாங்கிய மாத காண்டிராக்டுக்குள்ளாக எப்போது வேண்டுமானாலும்.*

எப்போதைக்குள் விற்றாக வேண்டும்?: எந்த மாத காண்டிராக்டில் வாங்கினோமோ, அந்த மாதக் கடைசி வியாழக்கிழமைக்குள் கட்டாயம் விற்றாக வேண்டும்.

விலை ஏறினால்?: விலை உயரக் காத்திருக்கலாம். அந்த காண்டிராக்ட் கால இறுதி வரை மட்டுமே. எப்படியும் அந்தக் குறிப்பிட்ட காலத்துக்குள் விற்றாக வேண்டும்.

இந்த மூன்றாவது வழிமுறையைப் பார்த்ததும் நிச்சயம் நிமிர்ந்து உட்கார்ந்திருப்பீர்களே! தவிர மனசும் சந்தோஷத் துள்ளலில் இருக்குமே! ஆமாம் இருக்காதா பின்னே? தகவல் அப்படிப் பட்டதாயிற்றே!

ரூ.295 விலை விற்கும் 1000 சேஷ கோவா பங்குகளை கேஷ் மார்க்கெட்டில் வாங்குவதென்றால் தேவைப்படும் பணத்தின் அளவு ரூ.2,95,000. அதே அளவு (1000 பங்குகள் ஒரு லாட்) சேஷ கோவா பங்குகளை ஃபியூச்சர்ஸ்சில் வாங்குவதற்குத்

தேவைப்படும் பணத்தின் அளவு ரூ.23,180 (மார்ஜின் பணம் போதும்). அதே அளவு பங்குகளின் உரிமத்தினை, ஆப்ஷன் முறையில் வாங்குவதற்குத் தேவைப்படும் பணத்தின் அளவு, ரூ.4,000 முதல் 8,000 வரை (ஒரு குறிப்பிட்ட தினத்தில் மட்டுமே!). ஒவ்வொரு நாளும் இது சந்தை நிலவரம் பொறுத்து மாறும்.

இதில் இரண்டு தகவல்கள் இருக்கின்றன. 1000சேஷ கோவா பங்குகளை வாங்குவதாக இருந்தால், நாம் எங்கே வாங்குகிறோம் (கேஷ் மார்க்கெட்டா, ஃபியூச்சர்ஸா, ஆப்ஷன்ஸா?) என்பதைப் பொறுத்து தேவைப்படும் பணத்தின் அளவு மாறுபடும். இது ஒரு தகவல்.

இன்னொரு தகவலும் உள்ளது. நம்மிடம் சேஷ கோவா பங்கில் போடுவதற்கு குறிப்பிட்ட அளவு பணம் இருக்கிறது. அந்த முழுப் பணத்தையும் பயன்படுத்த விரும்புகிறோம். அப்படி, ஒரு குறிப்பிட்ட அளவு பணத்துக்கு சேஷ கோவா பங்குகள் வாங்குவதென்றால், வாங்கக்கூடிய இடத்தை பொறுத்து வாங்கக்கூடிய பங்கின் அளவு மாறும்.

2,95,000 ரூபாய்க்கு கேஷ் மார்க்கெட்டில் 1000 பங்குகளை மட்டுமே வாங்கலாம். ஆனால் அதே 2,95,000 ரூபாயை வைத்து ஃபியூச்சர்ஸில் (சுமார்) 1000 பங்குகளை (4 லாட்டுகள்) வாங்கலாம்.

அதே 2,95,000 ரூபாய்க்கு ஆப்ஷன்சில் 65 லாட்டுகள் (ஒரு லாட்டுக்கு 1000 பங்குகள்) வாங்கலாம். அதாவது, 65,000 பங்கு களை வாங்கலாம்.

வாங்கியாகிவிட்டது. இப்போது விலை மாற்றத்தால் ஏற்படும் விளைவுகளைப் பார்க்கலாம்.

சேஷ கோவா ஒரு மாதத்தில் ரூ.295-ல் இருந்து ரூ.300-க்கு உயர்ந்தால் பங்கு ஒன்றுக்கு ரூ.5 வீதம், கேஷ் மார்க்கெட்டில் வாங்கியவருக்கு ரூ.5,000 லாபம் கிடைக்கும். அவர் போட்ட முதல் ரூ.2,95,000. அவருக்குக் கிடைத்த லாபம் ரூ.5,000.

அதே நபர் 2,95,000 ரூபாய்க்கும் ஃபியூச்சர்ஸில் 12 லாட்டுகள் வாங்கியிருந்தால், அந்த ரூ.5 உயர்வுக்கு 5 x 12,000 = ரூ.60,000 லாபம் பார்த்திருப்பார்.

அதே நபர், அதே 2,95,000 ரூபாய்க்கு கால் ஆப்ஷனில் (இதன் விளக்கத்தை பின்னால் பார்க்கப் போகிறோம்) வாங்கியிருந் தால்...

அவர் மொத்தம் 65 லாட்டுகள் (= 2,95,000 / 5000) வாங்கி யிருப்பார், இல்லையா? (பிரீமியம் என்பது ரூ.4,000 முதல் ரூ.8,000 வரை என்றோமல்லவா? அதனை இங்கே ரூ.4,500 என்று உதாரணத்துக்காக எடுத்துக்கொள்கிறோம்.)

வாங்கும் லாட்டுகள்: 65

லாட் ஒன்றுக்கு: 1000 பங்குகள்

பங்கு ஒன்றுக்கு லாபம்: ரூ.5 (பிரீமியம் அவ்வளவு உயர்ந்திருந்தால்)

மொத்த லாபம்: 65 x 1000 x 5 = ரூ.3,25,000

ஆஹா! இதென்ன அதிசயம்? ஆப்ஷன்ஸில் இவ்வளவு வாய்ப்பு இருக்கிறதா? இது உண்மைதானா? அப்படியென்றால் விவரம் தெரிந்தவர்கள் எல்லாம், ஆப்ஷன்ஸ் செய்யாமல் ஏன் கேஷ் மார்க்கெட்டிலும் ஃபியூச்சர்ஸிலும் செய்கிறார்கள்? கேள்விகள் குதித்துக் கொண்டு வருமே!

சரியான கேள்விகள்.

இது இருவழிப்பாதை என்று முன்பு குறிப்பிட்டது நினைவிருக்க லாம். எவ்வளவு வேகம் மேலே போக முடியுமோ அவ்வளவு வேகமாகக் கீழே வரவும் முடியும் என்பது இங்கே ஞாபகப் படுத்திக் கொள்ள வேண்டிய ஒன்று.

நாம் இதுவரை செய்த கணக்கீடு எல்லாம், சேஷ கோவா பங்கு ரூ.295-ல் இருந்து ரூ.300 போனால்... போகும் பட்சத்தில் என்ன லாபம் என்பது பற்றித்தான்.

அதே விலை 5 ரூபாய் இறங்கினால்? கேள்வியே பய முறுத்துமே! காரணம், நாம் இதுவரை பார்த்த + (பிளஸ்) எல்லாம் - (மைனஸ்) ஆகிவிடும். இப்போது விலை இறங்கிவிட்டால் மூன்று வழிகளிலும் ஏற்படும் நிலைமை எப்படியிருக்கும் என்று பார்ப்போம்.

பங்கு: சேஷ கோவா

வாங்கியபோது விலை: ரூ.295

தற்போதைய விலை: ரூ.290

இறங்கியது பங்கு ஒன்றுக்கு: ரூ.5

1. நாம் வாங்கியது கேஷ் மார்க்கெட்டில் என்று வைத்துக் கொள்வோம்.

விலை இறங்கினால் என்ன செய்யலாம்?

விற்கலாம். விற்றால் நஷ்டம் ரூ.5 x 1000 = ரூ.5,000. மீதமுள்ள ரூ.2,90,000 முதல் பத்திரமாக இருக்கும்.

அல்லது விலை ஏறுவதற்காக விற்காமல் வைத்திருக்கலாம்.

நஷ்டம் என்று வேறு எதுவுமில்லை.

2. நாம் வாங்கியது ஃபியூச்சர்ஸ் மார்க்கெட்டில் என்றால் என்ன செய்யலாம்?

விற்கலாம். விற்றால், நஷ்டம் ரூ.5 x 1000 பங்குகள் x 12 லாட்டுகள் = ரூ.60,000.

விற்று வரும் பட்சத்தில் மீதமுள்ள ரூ.2,35,000 ரூபாய் பத்திரம் செய்தாகிவிட்டது.

அல்லது விலை ஏறுவதற்காக, விற்காமல் வைத்திருக்கலாம். அப்படி வைத்திருக்கக் கால அளவு உண்டு. நாம் எந்த மாத காண்டிராக்டில் வாங்கினோமோ அதுவரைதான் வைத்திருக்க லாம். அதற்குள் விற்றாகவேண்டும். மேலும் விலை இறங்கி விடக்கூடிய அபாயம் உண்டு. அப்படி இறங்கினால், தற் போதைய நஷ்டமான பங்குக்கு ரூ.5 என்பதைக் காட்டிலும் நஷ்டம் அதிகரிக்கலாம்.

அல்லது ரோல் ஓவர் செய்யலாம். அப்படிச் செய்வது, முன்பு வாங்கியதை விற்றுவிட்டு, அடுத்த மாத காண்ட்ராக்டில் இன்னொரு விலையில் புதிதாக வாங்குவது. ஆக எப்படியும் ரூ.2,95-க்கு வாங்கியதை, ரூ.2,90-க்கு விற்கிறோம்.

ஆக, கேஷ் மார்க்கெட்டைவிட இங்கே கூடுதலான பணநஷ்டம் மட்டுமல்ல, மன அழுத்தம் (Mental tention) அதிகம்தான்.

3. நாம் வாங்கியது கால் ஆப்ஷன் என்று வைத்துக்கொண்டால் என்ன ஆகும்? விலை பங்கு ஒன்றுக்கு ரூ.5 இறங்கிவிட்டது. என்ன செய்யலாம்?

விற்கலாம்: விற்றால், நஷ்டம் பங்கு ஒன்றுக்கு ரூ.5.

லாட் ஒன்றுக்கு (1000) = 1000 x 5 = ரூ.5,000

வாங்கிய 65 லாட்டுகளுக்கு = 65 x 5,000 = ரூ.3,25,000

இவ்வளவும் நமக்கு நஷ்டம் ஆகாது. நம்முடைய நஷ்டம், நாம் முதலாகக் கொடுத்த பிரீமியம் தொகையான லாட் ஒன்றுக்கு ரூ.4,500 வீதம் 65 லாட்டுகளுக்கு ரூ.2,92,500 தானே. அது மட்டும் போய்விடும்.

'அய்யய்யோ! இவ்வளவு நஷ்டமா?'

முன்பு லாபம் எவ்வளவு என்று பார்த்தபோது வெளிவந்த வார்த்தைகள் 'ஆஹா!' இப்போது நஷ்டம் பார்க்கும்போது 'அய்யய்யோ!'

இப்போது தெரிந்ததா ஏன் 'ஆப்ஷன்ஸ்' மட்டுமே மக்கள் செய்வதில்லை என்று?

இவைதான் மூன்றுக்கும் உள்ள வித்தியாசம். எங்கே துரித, பெருத்த லாபத்துக்கு வழி உண்டோ, அங்கே அதே அளவு ரிஸ்க்கும் இருக்கும். இது பங்குச்சந்தையின் அடிப்படைத் தத்துவம். வெறும் லாபத்தை மட்டுமே கனவு கண்டுகொண்டு, இதில் இறங்கக்கூடாது.

இது பிரேக் இல்லாத வண்டி. ஏறவும், இறங்கவும் இரண்டுக்குமே பிரேக் இல்லை.

நியாயமாகப் பார்த்தால் பங்கு ஒன்றுக்கு ரூ.5 வீதம் 65 லாட்டுகளான 65,000 பங்குகளுக்கு ரூ.3,25,000 போகவேண்டும். ஆனால் நாம் கட்டிய பிரீமியம் தொகைக்கு மேல் நஷ்டம் கிடையாது. ஆனாலும் முதலீடு ஒட்டு மொத்தமாகக் காலி!

இதுவரை ஆப்ஷன்ஸில் ஒருவகையான கால் ஆப்ஷன்ஸ் (Call options) செய்யும் முறையை மற்ற இரு வழிகளான கேஷ் மற்றும் ஃபியூச்சர்ஸுடன் ஒப்பிட்டுப் பார்த்தோம். ஆப்ஷன்ஸ் என்கிற கருவி பற்றி உங்களுக்கு ஓரளவு தெளிவாகியிருக்கும். இது,

ஃபியூச்சர்ஸைக் காட்டிலும், வித்தியாசமான, கூர்மையான கருவி என்ற உணர்வு கிடைத்திருக்கும். இனி விரிவாகவே ஆப்ஷன்ஸ் என்றால் என்ன என்று பார்த்து விடலாம்.

ஆப்ஷன்ஸ்

ஆப்ஷன்ஸ் (Options) என்கிற ஆங்கில வார்த்தைக்கு தமிழில் 'வாய்ப்புகள்' என்று சொல்லலாம். என்னென்ன செய்ய முடியும் என்கிற அர்த்தத்தில், வாய்ப்புகள்.

+2 படித்து முடித்தவர் என்ன என்ன செய்யலாம்? ஏதாவது பட்டப் படிப்பு படிக்கலாம் அல்லது வேறு தொழில்படிப்புகள் படிக்கலாம். விரும்பினால் உடனடியாக வேலைக்கும் போகலாம். இப்படி அவருக்குப் பலவிதமான வாய்ப்புகள் இருக்கின்றன. இவற்றில் அவர் எதையும் செய்யலாம். எதையும் செய்யாமலும் விடலாம். ஆக அவருக்குப் பலவிதமான ஆப்ஷன்கள் இருக் கின்றன. அவற்றில் அவருக்குச் சாதகமாக இருக்கின்ற எதையும் தேர்வு செய்யலாம். அது அவர் சௌகர்யம். விருப்பம்.

ஃபியூச்சர்ஸில் வாங்கினால், வாங்கியதை என்ன செய்யலாம்? விற்கத்தான் வேண்டும். அந்த காண்டிராக்ட் மாதம் முடிவதற் குள். வேறு வழி இருக்கிறதா? இல்லை. ஆக அங்கே வேறு வழி (ஆப்ஷன்) இல்லை.

ஆனால், ஆப்ஷன்ஸ் எனப்படும் இந்தப் பங்குச்சந்தை Product-ல் அதனைப் பயன்படுத்தும் நபருக்கு, ஒன்றுக்கும் மேற்பட்ட வழிகள் கொடுக்கப்படுகின்றன. அவர் கொடுக்கப்படும் வாய்ப்பு களில் எதாவது ஒன்றை, தனது விருப்பம் போலப் பயன்படுத்திக் கொள்ளலாம்.

பங்குச்சந்தையில் ஆப்ஷன்ஸ் எப்போதும் ஃபியூச்சர்ஸ் என்ப தோடு இணைத்துத்தான் குறிப்பிடப்படுகிறது. நாமும்கூட இந்தப் புத்தகத்தில் அவை இரண்டையும் சேர்த்துத்தான் கொடுக்கிறோம். அவை இரண்டும் இரட்டைப் பிறவிகள் போன் றவை. மேலும் நாம் இப்போதுதான் விவரமாக ஃபியூச்சர்ஸ் பற்றித் தெரிந்து கொண்டோம். அதனால் ஆப்ஷன்சை அதனுட னும் ஒப்பிட்டுச் சொன்னால் புரிந்துகொள்வது சுலபமாகும்.

ஃபியூச்சர்ஸுக்கும் ஆப்ஷன்ஸுக்கும் இடையே உள்ள ஒற்றுமைகளை முதலில் பார்த்துவிடலாம்.

ஃபியூச்சர்ஸ் - ஆப்ஷன்ஸ் ஒற்றுமைகள்

ஃபியூச்சர்ஸுக்கும் ஆப்ஷன்ஸுக்கும் உள்ள ஒற்றுமைகள்:

1. இரண்டுமே பங்குச்சந்தையில் பங்குகள் வாங்க, விற்கப் பயன்படும் முறைகள்.

2. ஆனால் எல்லாப் பங்குகளுக்கும் F&O கிடையாது. பங்குச் சந்தை அவ்வப்போது அறிவிக்கிற பங்குகளுக்கு மட்டுமே ஃபியூச்சர்ஸ் மற்றும் ஆப்ஷன்ஸ் (F&O) பொருந்தும். (இனி ஃபியூச்சர்ஸ் மற்றும் ஆப்ஷன்ஸ் என்று இரண்டும் வருகிற இடங்களில், வசதிக்காக F&O என்றே குறிப்பிடுவோம்.)

   ஃபியூச்சர்ஸில் இருக்கிற எல்லாப் பங்குகளுக்கும் ஆப் ஷன்ஸ் வாய்ப்பு உண்டு. ஃபியூச்சர்ஸில் உள்ள பங்குகளுக்கு மட்டும்தான் ஆப்ஷன்ஸ் உண்டு. மற்ற பங்குகளுக்கு ஆப்ஷன்ஸ் கிடையாது.

3. இரண்டிலுமே பங்கு டெலிவரி என்பது கிடையாது. வெறும் 'பேப்பர் எண்ட்ரி'தான்.

4. இரண்டிலும் ஈவுத்தொகை (Dividend) கிடையாது.

5. அன்றே வாங்கி, அன்றைய தினமோ, அடுத்த தினமோ அல்லது வாங்கியிருக்கும் ஒப்பந்தம் பொறுத்து, அந்தக் குறிப்பிட்ட மாதத்திலுமோ விற்கலாம்.

6. கையில் இல்லாமலேயே இரண்டிலும் விற்று வைக்கலாம் (ஷார்ட் போவது).

7. இரண்டிலும் மார்க்கெட் லாட் என்பது ஒரே அளவுதான். உதாரணத்துக்கு ஃபியூச்சர்ஸில் SBI பங்கின் மார்க்கெட் லாட் 125 என்றால், ஆப்ஷனிலும் அதன் லாட் 125தான். ரிலை யன்ஸ் இரண்டிலுமே 250தான்.

8. ஃபியூச்சர்ஸில் லாட் மாறுகிறபோது இங்கேயும் (ஆப்ஷன் ஸிலும்) லாட் அளவு மாறும்.

9. ஃபியூச்சர்ஸ் போலவேதான் ஆப்ஷன்ஸ்சிலும், இந்த மாதம் (Current month), அடுத்த மாதம் (Next month), அதற்கும் அடுத்த மாதம் (Far month) ஒப்பந்தங்கள். எந்த நேரத்திலும் மூன்றிலும் வாங்கலாம். விற்கலாம்.

10. கேஷ் மார்க்கெட்டில் வாங்கினால் அதற்குத் தேவைப்படும் அளவு வாங்கும் பங்குகளுக்கான மொத்தப் பணமும் ஃபியூச்சர்ஸ் மற்றும் ஆப்ஷன்ஸ் இரண்டிலும் தேவையில்லை.

ஒற்றுமைகள் முடிந்தன. இனி வேற்றுமைகள்.

ஃபியூச்சர்ஸ் – ஆப்ஷன்ஸ் வித்தியாசங்கள்

1. கேஷ் மார்க்கெட்டில் பங்குகளை நேரடியாக வாங்குகிறோம். ஃபியூச்சர்ஸில் எதிர்காலத்தில் குறிப்பிட்ட தொகைக்கு, குறிப்பிட்ட பங்குகளை வாங்குவதாக ஒப்பந்தம் போடுகிறோம். நாம் காசைக் கொடுத்தால் அந்தத் தொகைக்கு எதிராளி நமக்கு எப்படியாவது அந்தப் பங்குகளைக் கொடுத்தாக வேண்டும். யாரிடமாவது வாங்கியாவது கொடுத்தாக வேண்டும். (ஆனால் உண்மையில் இப்படி நடப்பதில்லை. எந்த அளவுக்கு பங்குகளை வாங்குவதாகச் சொல்லியிருந்தோமோ, அந்த அளவுக்கு பங்குகளை விற்று கணக்கை நேர் செய்துவிடுவோம்.)

   ஃபியூச்சர்ஸில் ஒப்பந்தங்களை மீற முடியாது. வாங்கிய மாதத்துக்குள் கணக்கை நேர் செய்தே ஆகவேண்டும். வாங்கியிருந்தால் விற்றாக வேண்டும்; விற்றிருந்தால் வாங்கியாக வேண்டும்.

   விலை

   ஆனால், ஆப்ஷன்ஸில் பங்குகளை வாங்க அல்லது விற்க ஒப்பந்தம் போடும்போது, அந்த ஒப்பந்தத்தை மீறலாம். அதாவது வாங்குகிறேன் என்று ஒப்பந்தம் போட்டுவிட்டு கடைசிவரை வாங்காமலும் இருக்கலாம். அப்பொழுது ஒரு தொகை அபராதமாகப் பறிபோகுமே தவிர வேறு பிரச்னை கிடையாது.

   ஃபியூச்சர்ஸ் என்பது Buyer மற்றும் Seller என்ற இரு பக்கத்திலும் நிறைவேற்றவேண்டிய கட்டாயமான கடமை. ஆப்ஷன்ஸ் என்பது உரிமை மட்டுமே, கடமை அல்ல.

   வாங்குகிறேன் என்று சொல்லிவிட்டு, எல்லாம் ஒத்து வந்தால் வாங்கலாம். இல்லை, சில விஷயங்கள் நாம் நினைத்ததற்கு மாறாக நடந்துள்ளன என்றால் வாங்காமலும் இருந்துவிடலாம்.

2. ஃபியூச்சர்ஸில் நாம் எதிர்கால ஒப்பந்தங்களை வாங்கலாம், விற்கலாம். அதாவது ஒரே ஒரு பொருள் (Product). அந்தப் பொருளை நாம் வாங்கலாம், அல்லது விற்கலாம்.

ஆப்ஷன்ஸிலும் வாங்கலாம், விற்கலாம். ஆனால் ஃபியூச் சர்ஸ் போல அது ஒரே ஒரு பொருள் (Product) அல்ல. உதாரணத்துக்கு SBI பங்குகளை ஃபியூச்சர்ஸ்சில் வாங்கலாம். அல்லது விற்கலாம். இரண்டு நடவடிக்கைகள் தான் சாத்தியம் இல்லையா?

ஆனால் ஆப்ஷன்ஸில் Product எனப்படும் 'பொருளே' ஒன்றல்ல, இரண்டு.

ஒன்று, கால் (Call) ஆப்ஷன். மற்றொன்று புட் (Put) ஆப்ஷன். (விளக்கம் பின்னால் வருகிறது.) ஆக இரண்டு பொருட்கள். இவை இரண்டில் எதையும் வாங்கலாம். (Buying Call option or Buying put option) அல்லது இரண்டில் எதையும் விற்கலாம். (Selling call option or Selling put option). ஆக மொத்தம், ஆப்ஷன்ஸில் மொத்தம் நான்கு நடவடிக்கைகள் சாத்தியம்.

3. ஃபியூச்சர்ஸில் இருக்கும் பங்குகளின் விலைகள் கிட்டத் தட்ட கேஷ் மார்க்கெட் அளவே இருக்கும். ஆனால் கால், புட் ஆப்ஷன் விலைகளுக்கும், கேஷ் மார்க்கெட் பங்குகளின் விலைகளுக்கும் சம்பந்தமே இருக்காது.

உதாரணத்துக்கு 2016 மே 6-ம் தேதி NTPC பங்கின் விலை களைப் பார்க்கலாம்.

பங்கு	கேஷ் மார்க்கெட் விலை	ஃபியூச்சர்ஸ் விலை மே மாத	கால் ஆப்ஷன் மே மாத காண்டிராக்ட்	புட் ஆப்ஷன் மே மாதமே மாத காண்டிராக்ட்
NTPC	140	140.70	3.70	3.15

கவனித்திருக்கலாம். விலைகளில் மிகப்பெரிய வித்தியாசம் இருப்பதை. 140.70 எங்கே? 3 ரூபாய் 70 பைசா எங்கே? அதுகூடப் பரவாயில்லை. புட் ஆப்ஷனில் வெறும் 3 ரூபாய் 15 பைசாவா? என்ன இது? என்று குழப்பமாக இருக்கலாம். எல்லாம் இன்னும் சிறிது நேரம்தான். போகப்போக

புரிந்துவிடும். இப்போதைக்கு வித்தியாசங்களைப் பார்த்துக் கொண்டே போவோம்.

4. ஃபியூச்சர்ஸில் வாங்கிய, விற்ற விலைகளுக்கு இடையே உள்ள வித்தியாசம் அல்லது விற்றதற்கும் வாங்கியதற்கும் இடையே உள்ள வித்தியாசம்தான் நம்முடையது. அது லாபமோ நஷ்டமோ! கணக்கிடுவதும் சுலபம்.

   உதாரணத்துக்கு ஒருவர் NTPC ஒரு லாட்டினை ரூ.140-க்கு வாங்கி ரூ.150-க்கு விற்றால் பங்கு ஒன்றுக்கு 10 வீதம், 4000 பங்குகளுக்கு (1 லாட்) ரூ.50,000 லாபம்.

   ஆனால் ஆப்ஷன்ஸில் கணக்கிடும் முறை வேறு. நாம் ஆப்ஷன்ஸுக்குக் கொடுக்கும் விலை (ACCயில் பார்த்தோமே ரூ.3.70 அல்லது ரூ.3.75 - இது இரண்டுக்கும் நமது லாபத்துக்கும் சம்பந்தம் இல்லை. நாம் கொடுப்பது ஒரு கட்டணம்போல. அவ்வளவுதான். கட்டணம் திரும்ப வரவே வராது. ஆனால் வேறு ஒன்று லாபமாக அல்லது நஷ்டமாக வர, வாய்ப்புண்டு. (இந்த இடத்தில் சிலருக்கு புரிவது சிரமமாக இருக்கலாட். பிரச்னை இல்லை, போகப் போக புரிந்துவிடும்.).

5. ஆப்ஷன்ஸிலும் லாபம் என்பது நம் பங்கின் விலை வருங் காலத்தில் என்ன ஆகும் என்று கணிப்பதைப் பொறுத்துத் தான் இருக்கிறது. இறங்கும் என்று கணித்து ஒரு நட வடிக்கை எடுத்தால், நம் கணிப்புப்படியே விலை இறங்கி னால் நமக்கு லாபம்தான். விலை ஏறும் என்று கணித்து வேறு நடவடிக்கை எடுத்து, அது நடந்துவிட்டாலும் லாபம்தான். கணிப்பும், நடவடிக்கையும் தவறானால் நஷ்டம்தான். (இது ஒற்றுமை).

   ஆனால் ஃபியூச்சர்ஸ்க்கும் ஆப்ஷன்ஸுக்கும் இடையே உள்ள வித்தியாசம் என்ன என்றால், ஆப்ஷன்ஸில் நஷ்டம் ஓரளவுக்கு மட்டுமே (கால் ஆப்ஷன் வாங்குபவருக்கும் புட் ஆப்ஷன் வாங்குபவருக்கும்). ஆனால் லாபத்துக்கு அப்படிக் கட்டுப்பாடு ஏதும் இல்லை. (ஆஹா...!)

சரி, சரி. ஃபியூச்சர்ஸுடன் ஒப்பிட்டது போதும். இனி ஆப் ஷன்ஸ் பற்றித் தனியாகவே பார்ப்போம்.

ஆப்ஷன்ஸ் என்றால்...?

ஆப்ஷன் என்பது ஒரு ஒப்பந்தம் (Contract). அந்த ஒப்பந்தத்தில் இருவர் இருக்கிறார்கள். ஒருவர் விற்பவர். மற்றொருவர் வாங்கு பவர். ஆப்ஷன் அதன் உரிமையாளருக்கு (எவர் வாங்குகிறாரோ அவருக்கு) கொடுப்பது ஒரு வாய்ப்பு.

அந்த வாய்ப்பு என்பது வித்தியாசமானது. அனுகூலமானது.

என்ன வாய்ப்பு அது? ஒப்பந்தம் செய்துகொள்கிற விலையில் ஒரு லாட் பங்கை வாங்கிக் கொள்ளும் உரிமை. அதே சமயம் அந்த லாட் பங்கை வாங்கித்தான் ஆகவேண்டும் என்கிற கட்டாயம் கிடையாது. (விலை இறங்கிவிட்டால்.)

உதாரணத்துக்கு ஒரு பேருந்தில் ஏறுகிறோம். அங்கே ஒரு இருக்கை காலியாக இருக்கிறது. உடனே அதில் நம் கைக்குட்டையைப் போடுகிறோம். (எவ்வளவு சுலபமான ரிசர்வேஷன்!) பக்கத்தில் இருப்பவர் நிமிர்ந்து பார்க்கிறார்.

'நான் உட்காரப் போறேன் சார்.'

'சரி.'

'கொஞ்சம் பார்த்துக் கொள்ளுங்கள்.'

'சரி.'

நாம் கீழே இறங்கிக் கடைக்குப் போகிறோம். வேறு ஏதாவது பேருந்து, நாம் கைக்குட்டையைப் போட்ட பேருந்துக்கு முன்பாகவே கிளம்புமா என்று பார்க்கிறோம்.

இப்போது நமக்கு இருக்கும் வாய்ப்புகள் (Options) என்னென்ன?

• கைக்குட்டை போட்ட பேருந்துக்கே போகலாம். அதற்கான முழு உரிமையும் நமக்கு இருக்கிறது. 'சார் எழுந்திருங்க... நான் ஏற்கெனவே கர்ச்சீஃப் போட்டிருக்கேன்!'

• கைக்குட்டை போட்டதாலேயே அந்தப் பேருந்தில்தான், அந்த இருக்கையில்தான் போகவேண்டும் என்று கட்டாயம் இல்லை. அந்தப் பேருந்தில் ஏறாவிட்டால் நஷ்டம் ஏதா வது? இருக்கிறது, அது சின்ன நஷ்டம்தான். நாம் இழக்கப் போவது வெறும் கைக்குட்டையை மட்டுமே! (ஆமாம்.

| 107 |

அதை இழக்கத்தான் வேண்டும். ஓடிப் போய் எடுத்து வந்து விடுவேன் என்றெல்லாம் சொல்ல வேண்டாம்!) சரிதானே!

இதேதான் பங்குச்சந்தை ஆப்ஷன்ஸிலும். பேருந்து இருக்கை தான் நாம் வர்த்தகம் செய்ய நினைக்கும் குறிப்பிட்ட பங்கு. நாம் போடும் கைக்குட்டைதான், நாம் முன்பு பார்த்த ரூ.3.70 மற்றும் 3.15 போன்ற விலைகள். (பிரீமியம்)

என்ன ஒரு வித்தியாசம் என்றால் இங்கே, அதே பேருந்தில் ஏறினாலும் கைக்குட்டை நமதில்லை. அதனைப் பார்த்துக் கொண்டதற்குக் கட்டணமாக, பக்கத்து இருக்கைக்காரர் அதை எடுத்துக் கொள்வார்!

அதற்கு (கைக்குட்டைக்கு) ஆப்ஷன்ஸில் என்று பிரீமியம் பெயர். ஆம்... அந்த NTPC-யின் ரூ.3.70 மற்றும் ரூ.3.15 இரண்டுமே பிரீமியம்தான்.

ஒன்று கால் ஆப்ஷன் (3.70) பிரீமியம். மற்றொன்று புட் ஆப்ஷன் (3.15) பிரீமியம். 'பிரீமியம்' என்பது ஒன்றும் செல்லப் பெயர் இல்லை. ஆப்ஷன்ஸ் போலவே இதுவும் காரணப் பெயர்தான்.

பிரீமியம் என்று பெயர் வைக்க என்ன காரணம்?

பிரீமியம் என்கிற சொல் எங்கே பயன்படுத்தப்படுகிறது? காப்பீடு (இன்ஷூரன்ஸ்) துறையிலேதானே. அதற்கு என்ன பொருள்? காபந்து (காவல்) செய்துகொள்ளக் கொடுக்கும் கட்டணம். இல்லையா? இங்கேயும் அதே பொருளில்தான் பயன்படுத்தப்படுகிறது.

ஒரு முழு உதாரணமுமே பார்த்து விடலாம். ஒருவர் NTPC பங்குகளை கேஷ் மார்க்கெட்டில் 6.05.16 அன்று ரூ.140-க்கு வாங்குகிறார். அதன் லாட் அளவு 4000 பங்குகள்.

இனி என்னென்ன நடக்கலாம்? அவர் வாங்கியதைவிட, NTPC விலை அதிகரிக்கலாம். அதாவது 140 என்கிற விலை 145, 150, 160 என்ற உயரலாம். அதை எதிர்பார்த்துத்தான் அவர் வாங்கியிருப் பார். ஆனால் அது நிச்சயமா? நிச்சயம் என்று பங்குச்சந்தையில் எதையுமே சொல்ல முடியாதே! அப்படியென்றால், ஒருகால் விலை இறங்கிவிட்டால்?

'இதென்ன கேள்வி? விலை இறங்கினால் நஷ்டம்தானே!'

'நிச்சயமாக.'

'வேறு ஏதும் வழியில்லையா?'

'எதற்கு வழி?'

'நஷ்டத்தை தவிர்ப்பதற்கு.'

நல்ல கதையாக இருக்கிறதே. வாங்கிய பங்கு விலை இறங்கி னால் நஷ்டம் வரத்தானே செய்யும்! ஆமாம். ஆனாலும் நஷ் டத்தை தடுக்க முடிந்தால் நன்றாக இருக்குமே!

இப்படி யோசித்ததில் வந்ததுதான் ஆப்ஷன்ஸ் என்கிற பொருள் (Product).

ஒருவர் வேலைக்குப் போகிறார். அல்லது வியாபாரம் செய்து சம்பாதிக்கிறார். அவர் குடும்பம் அதில் வாழ்கிறது. அவர் சம்பாதிக்கும்வரை சரி. அவருக்கே ஏதாவது ஒன்று ஆகி விட்டால்? வேலை போகும். சம்பளம் வருவது நின்றுவிடும். இல்லையா? அப்படி ஏதும் நிகழ்ந்தாலும், அவர் குடும்பம் சிரமப்படாமல் சாப்பிட வழிசெய்ய முடியுமா?

முடியுமே! அவர் காப்பீடு செய்தால் போதுமே!

ரொம்ப சரி. காப்பீடு என்றால் எப்படி? அதற்குக் கட்டணம் உண்டா?

உண்டே! அதானே பிரீமியம்.

அதேபோலப் பங்குச்சந்தையிலும் செய்துவிட்டால்? செய்தார்கள். அதுதான் ஆப்ஷன்ஸ். அதற்கான கட்டணம்தான் பிரீமியம்.

NTPC வாங்கினாரா? வாங்குவது இறங்கவும் செய்யலாம். அப்படி ஒருகால் இறங்கினாலும் அது தன்னை பாதிக்கக்கூடாது என்று நினைத்தால், அவர் F&O - வில் NTPC - யின் ஆப்ஷன்ஸ் வாங்க லாம். 140 ரூபாய் விலையில் NTPC - யின் புட் ஆப்ஷன் வாங்கலாம். அதன் விலை என்ன? ரூ.3.15.

அவர் புட் ஆப்ஷன் வாங்கியபிறகு, அதே குறிப்பிட்ட மாதத் துக்குள் (அவர் வாங்கியது மே 2016) NTPC விலை இறங்கினாலும் அவருக்குப் பிரச்னையில்லை. ஆனால் 3.15 என்கிற கட்டணம் போய்விடும். அதைச் செலவுக் கணக்கில்தான் எழுத வேண்டும்.

ஆப்ஷன்ஸ் பற்றி நாம் அறிந்துகொள்ள வேண்டியது இன்னமும் பாக்கி உள்ளது. வரும் அத்தியாயங்களில் அவற்றைப் பார்ப் போம்.

NSE website *26 மே 2016* அன்று இருந்த NTPC பங்குக்கான ஆப்ஷன்ஸ் ஆஃபர் மற்றும் ட்ரேட் விவரங்கள்

Option Chain (Equity Derivatives)

Underlying Stock: **NTPC 139.95** As on May 06, 2016 15:30:45 IST

View Options Contracts for: Select Index OR Search for an underlying stock: GO Filter by: Expiry Date 26MAY2016 Futures contracts

CALLS												PUTS										
Chart	OI	Chng in OI	Volume	IV	LTP	Net Chng	Bid Qty	Bid Price	Ask Price	Ask Qty	Strike Price	Bid Qty	Bid Price	Ask Price	Ask Qty	Net Chng	LTP	IV	Volume	Chng in OI	OI	Chart
	-	-	-	-	-	-	-	-	-	-	92.50	-	-	1.80	4,000	-	-	-	-	-	-	
	-	-	-	-	-	-	-	-	-	-	95.00	-	-	1.80	4,000	-	-	-	-	-	-	
	-	-	-	-	-	-	-	-	-	-	97.50	-	-	1.80	4,000	-	-	-	-	-	-	
	-	-	-	-	-	-	-	-	-	-	100.00	-	-	0.20	4,000	-	-	-	-	-	-	
	-	-	-	-	-	-	-	-	-	-	102.50	-	-	1.80	4,000	-	-	-	-	-	-	
	-	-	-	-	-	-	16,000	34.40	36.60	16,000	105.00	-	-	0.20	4,000	-	-	-	-	-	-	
	-	-	-	-	-	-	16,000	31.95	34.15	16,000	107.50	-	-	1.50	4,000	-	-	-	-	-	-	
	-	-	-	-	-	-	16,000	29.40	31.50	16,000	110.00	-	-	0.20	4,000	-	-	-	-	-	-	
	-	-	-	-	-	-	16,000	27.00	29.15	16,000	112.50	-	-	1.70	4,000	-	-	-	-	-	-	
	-	-	-	-	-	-	24,000	24.50	26.70	24,000	115.00	-	-	1.70	4,000	-	-	-	-	-	-	
	-	-	-	-	-	-	24,000	21.75	24.15	24,000	117.50	-	-	-		-	-	-	-	-	-	
	4,000	-	-	-	21.00	-	8,000	19.35	21.90	24,000	120.00	40,000	0.10	0.20	4,000	-	0.20	-	-	-	40,000	
	-	-	-	-	-	-	40,000	17.05	19.20	24,000	122.50	-	-	2.75	4,000	-	-	-	-	-	-	
	8,000	-	-	-	15.10	-	44,000	14.90	17.00	128,000	125.00	8,000	0.05	0.40	4,000	-0.15	0.35	34.82	1	-4,000	36,000	
	4,000	-	-	-	11.85	-	48,000	12.40	14.45	128,000	127.50	4,000	0.25	0.60	8,000	-0.05	0.55	34.04	1	4,000	28,000	
	16,000	-	-	-	10.05	-	8,000	10.85	11.90	16,000	130.00	4,000	0.55	0.90	12,000	-0.05	0.70	31.28	3	-	304,000	
	20,000	-	-	-	9.00	-	44,000	7.90	10.10	36,000	132.50	28,000	0.25	1.20	8,000	-0.[illegible]0	0.95	29.02	6	12,000	92,000	
	56,000	8,000	3	27.30	7.05	-	8,000	6.80	7.45	4,000	135.00	4,000	1.35	1.50	4,000	-0.30	1.35	27.18	18	8,000	144,000	
	38,000	4,000	1	23.91	4.95	-0.45	48,000	4.40	6.00	40,000	137.50	36,000	1.60	2.40	8,000	0.05	2.25	28.09	7	20,000	120,000	
	356,000	-28,000	61	25.55	3.70	0.10	8,000	3.55	4.00	40,000	140.00	4,000	3.10	3.45	16,000	-0.50	3.15	26.82	25	8,000	156,000	
	92,000	-	7	25.56	2.55	-0.10	4,000	2.50	2.80	4,000	142.50	152,000	3.30	5.20	152,000	0.55	4.65	28.12	2	-	12,000	
	536,000	28,000	44	25.74	1.70	0.05	8,000	1.60	1.75	4,000	145.00	4,000	5.55	6.20	4,000	-1.00	5.85	24.82	6	20,000	36,000	

Option Chain (Equity Derivatives)

Underlying Stock: DLF 126.10 As on May 06, 2016 15:30:45 IST

View Options Contracts for: [Select Index ▾] OR Search for an underlying stock: [ ] [GO] Filter by: Expiry Date [26MAY2016 ▾]

Futures contracts

	CALLS										Strike Price	PUTS										
Chart	OI	Chng in OI	Volume	IV	LTP	Net Chng	Bid Qty	Bid Price	Ask Price	Ask Qty		Bid Qty	Bid Price	Ask Price	Ask Qty	Net Chng	LTP	IV	Volume	Chng in OI	OI	Chart
											55.00			0.10	10,000							
											60.00			0.10	10,000							
											65.00											
											70.00											
											75.00											
	5,000										80.00						0.60				5,000	
					43.50				58.50	5,000	85.00			0.85	10,000							
	10,000	5,000					5,000	16.30	53.50	5,000	90.00	15,000	0.10	0.15	5,000		0.20				15,000	
	10,000				29.00		5,000	27.05	48.35	5,000	95.00	25,000	0.10									
	15,000				16.60		150,000	22.15	43.05	5,000	100.00	20,000	0.20	0.35	5,000	-0.15	0.25	58.16	50	25,000	485,000	
	105,000	5,000	4		15.70	-1.49	150,000	17.35	37.70	150,000	105.00	10,000	0.45	0.50	15,000	-0.20	0.45	54.50	178	420,000	615,000	
	50,000	-5,000	1		10.00	-2.70	5,000	16.85	32.10	5,000	110.00	35,000	0.75	0.85	15,000	-0.30	0.80	50.97	220	165,000	1,235,000	
	720,000	115,000	90	46.79	9.40	1.05	25,000	12.90	15.10	5,000	115.00	5,000	1.35	1.40	5,000	-0.50	1.40	47.57	389	100,000	1,620,000	
	1,385,000	95,000	511	41.98	5.85	0.50	5,000	9.00	9.45	10,000	120.00	25,000	2.35	2.45	5,000	-0.80	2.40	44.35	546	-35,000	1,630,000	
	3,470,000	50,000	979	40.94	3.45	0.20	5,000	5.70	6.00	5,000	125.00	20,000	4.00	4.10	10,000	-1.15	4.05	41.84	366	295,000	1,445,000	
	2,495,000	85,000	450	41.23	1.95	0.10	10,000	3.50	3.55	10,000	130.00	20,000	6.35	6.60	10,000	-1.50	6.50	39.73	69	145,000	900,000	
	2,440,000	30,000	468	42.42	1.10	0.05	15,000	1.95	2.05	10,000	135.00	5,000	8.25	11.20	5,000	1.75	13.10	69.15	1		115,000	
	605,000	70,000	213	43.47	0.60		10,000	1.05	1.10	5,000	140.00	5,000	1.50	30.30	10,000		16.00				50,000	
	1,445,000	25,000	111	46.63	0.40		120,000	0.60	0.65	30,000	145.00	20,000	17.55	19.35	150,000							
	160,000	-5,000	1	46.80	0.30		15,000	0.35	0.40	35,000	150.00	150,000	22.05	24.15	150,000		26.00				5,000	
							15,000	0.20	0.25	25,000	155.00											
Total	12,905,000																				8,120,000 Total	

7

ஆப்ஷன்ஸ் வகைகள்

ஃபியூச்சர்ஸுக்கும் ஆப்ஷன்ஸுக்கும் இடையே உள்ள முக்கிய வேறுபாடுகளில் ஒன்று, ஆப்ஷன்ஸ் வகைகள்தான். ஃபியூச்சர்ஸில் ஒரு பங்கினை அதன் லாட் படி வாங்கலாம். அல்லது விற்கலாம்.

ஆப்ஷன்ஸில் இரண்டு விதமான பொருள்கள் (Products) ஒவ்வொரு பங்குக்கும் உண்டு.

ரிலையன்ஸ், இன்போசிஸ், எஸ்.பி.ஐ. என எல்லா பங்குகளுக்கும் இரண்டு பொருள்கள்.

அதென்ன பொருள் என்று கேட்கிறீர்களா?

ஒன்று, கால் ஆப்ஷன் (Call Option)

மற்றொன்று, புட் ஆப்ஷன் (Put Option)

சந்தையில் கணினித் திரையில் (Trading Terminal) பார்த்தால் தெரியும். அல்லது பிசினஸ்லைன், எகனாமிக் டைம்ஸ் போன்ற

வர்த்தக நாளேடுகளில் பார்த்தால் தெரியும். ஒரே நாளில் (அதாவது, நேற்று) நடந்த பரிவர்த்தனைகளில் ஒவ்வொரு F&O பங்குக்கும், கால் ஆப்ஷன் மற்றும் புட் ஆப்ஷன் வகைகள் என்று தனித்தனியாகப் பிரசுரித்திருப்பார்கள்.

கால் ஆப்ஷன்ஸ்: 'It is your call' என்பார்கள். நீதான் முடி வெடுக்கிறாய் என்கிற பொருளில். இங்கேயும் அது போலத் தான்.

இருக்கும் விலையில் இருந்து இன்னும் உயரும் என்ற முடிவில் இருப்பதுதான் 'கால்'. இதன் ஒரு ஒப்பீட்டுக்கு 'புல்' (Bull) என்று வைத்துக் கொள்ளலாம்.

ரிலையன்ஸ் பங்குகள் ரூ.1700 விலையில் இருக்கின்றன. இன்னும் உயரும் என்று நினைக்கிறோம். என்ன செய்யலாம்? ரிலையன்ஸின் கால் ஆப்ஷன்ஸ் வாங்கலாம்.

புட் ஆப்ஷன்: 'கால்'களுக்கு நேர்எதிர் 'புட்'. இருக்கும் விலை யில் இருந்து இறங்கும் என்று தோன்றுகிறது என்கிற முடிவில் இருப்பதுதான் 'புட்' ஆப்ஷன். முன்பார்த்த அதே ஒப்பீட்டின்படி இது, பேர் (Bear) மனப்பான்மை.

ரிலையன்ஸ் பங்கு (தாற்காலிகமாகவேனும்) இறங்கும் என்று தோன்றினால், ஆப்ஷன்ஸில் செய்யக்கூடியது என்ன?

புட் ஆப்ஷனை கவனிக்கவும், வாங்கலாம். இதுவும் வாங்கு வதுதான். ஆனால், புட் ஆப்ஷனாக வாங்குகிறோம்.

ஆக,

-   விலை உயரும் என்று நினைத்தால் கால் ஆப்ஷன் வாங்க வேண்டும்.

-   விலை குறையும் என்றால் புட் ஆப்ஷன் வாங்க வேண்டும்.

தெளிவாகிவிட்டதல்லவா?

இப்போது அடுத்த கட்டத்துக்குப் போகலாம். ஒருவர் ரிலை யன்ஸ் கால் ஆப்ஷன் வாங்க நினைக்கிறார். கேட்கிறார். எப்படிக் கிடைக்கும்? யாராவது ஒருவர் விற்றால்தானே, இவருக்குக் கிடைக்கும்!

விற்பார்கள். வேறு யாராவது. ஆக, ஒரே கால் ஆப்ஷனை ஒரே நேரம் சிலர் விற்பார்கள். வேறு சிலர் வாங்குவார்கள், அவரவர் களுக்குச் சரி எனத் தோன்றும் விலையில். இந்த இரண்டு வித 'யாரோ'க்களில் நாமும் ஒருவராக இருக்கலாம்.

எப்படி?

நாம் கால் ஆப்ஷனை வாங்கலாம். விற்கவும் செய்யலாம். வாங்கியதை எப்படியும் விற்கத்தானே வேண்டும். வாங்காததை யும் விற்கலாம். (பின்பு வாங்கி நேர் செய்து கொள்ளலாம்!)

கால் ஆப்ஷன் விலை குறைவு என்றால் வாங்கு!

கால் ஆப்ஷன் விலை அதிகம் என்றால் விற்றுவிடு!

'புட்' ஆப்ஷனுக்கும் அதே அணுகுமுறை.

புட் ஆப்ஷனை வாங்கலாம் அல்லது விற்கலாம். மொத்தத்தில் நான்கு விதமான பரிவர்த்தனைகள் சாத்தியம்.

விலை உயரும் என்ற எதிர்பார்ப்பில் கணிப்பில்	விலை இறங்கும் என்ற
1. கால் ஆப்ஷன் வாங்கலாம்	கால் ஆப்ஷன் விற்கலாம்
2. புட் ஆப்ஷன் விற்கலாம்	புட் ஆப்ஷன் வாங்கலாம்

இதைத்தான் முன்பு இரண்டு (Products) பொருட்கள் என்று குறிப் பிட்டோம்.

சரி, ஒரு நிஜமான உதாரணத்தை எடுத்துப் பார்க்க ஆரம்பிப் போம்.

கால் (Call) என்றால் வாங்குவது. நாம் ரிலையன்ஸ் பங்கை வாங்குவதற்குபதில் அதன் கால் ஆப்ஷனை வாங்குகிறோம். மார்க்கெட் லாட் 500 என்று நமக்குத் தெரியும். 2016-ல் வாங்கினால் ஐநூறு ஐநூறாகத்தான் வாங்க முடியும். அதுவும் சரி.

கேஷ் மார்க்கெட்டில் ரூ.1,700 விற்கப்படும் ரிலையன்ஸ் பங்கினை ஆப்ஷன்ஸில் என்ன விலைக்கு வாங்குவது? அதே விலைக்கு கிடைக்குமா?

இங்கே ஆப்ஷன்ஸ் என்பது, கேஷ் மற்றும் ஃபியூச்சர்ஸ் மார்க் கெட்டுகளில் இருந்து இன்னொரு விதமாகவும் வேறுபடுகிறது.

ஒரே ரிலையன்ஸ் பங்கின் கால் ஆப்ஷன் பல விலைகளில் கிடைக்கும். அதாவது ரிலையன்ஸ் பங்கின் கால் ஆப்ஷன்கள் (உதாரணத்திற்கு) கீழ்க்கண்ட விலைகளில் கிடைக்கும்: ரூ.1650, 1700, 1750, 1800.

ஸ்டிரைக் பிரைஸ்

ஆப்ஷன்ஸில் இன்னொரு சுவாரஸ்யமான விஷயமும் இருக்கிறது. கேஷ் மார்க்கெட்டிலோ, ஃபியூச்சர்ஸிலோ பங்குகளுக்கு என்று விலைகள் இருக்கும். இது சரியாக ரூ.10, 50, 170 என்று தான் இருக்கும் என்று சொல்ல முடியாது. பைசா கணக்குகளில் கூட இருக்கும். உதாரணத்துக்கு ரிலையன்ஸ் பங்கு 1701 ரூபாய் 10 பைசாவுக்கு சிலர் விற்பார்கள். சிலர் 1701 ரூபாய் 20 பைசா வுக்காகக் காத்திருப்பார்கள்.

ஆனால் ஒரு நேரம், அந்த வினாடி, பரிவர்த்தனை நடக்கும் விலை சந்தை மொத்தத்துக்கும் ஒன்றுதான். அந்த நேரம் வாங்கியே ஆகவேண்டும், விற்றே ஆகவேண்டும் என்றால் நடக்கும் விலை (Market rate)தான். வேறு வழியில்லை.

ஆனால் ஆப்ஷன்ஸில் இன்ன விலைக்கு விற்கிறேன், அல்லது வாங்குகிறேன் என்று குறிப்பிட்ட விலையையே சொல்லலாம். ஆனால் அது படிப்படியாகத்தான் (Step by step) இருக்கும். குறிப்பிட்ட (உதாரணத்திற்கு 10 ரூபாய்) மடங்குகளில்தான் இருக்கும்.

காரணம், ஆப்ஷன் என்பது கிட்டத்தட்ட பந்தயம் (பெட்) கட்டுவது போலத்தான்!

ஒவ்வொரு பங்குக்கும் என்று சில விலைகள் இருக்கும். அவற்றை 'ஸ்டிரைக் பிரைஸ்' என்பார்கள்.

அந்த ஸ்டிரைக் பிரைஸ்களில் சில, அப்போது கேஷ் மார்க்கெட் டில் நடைபெறும் விலையைவிட அதிகமாகவும் சில குறைவாக வும் இருக்கும். அவற்றில் எதை வேண்டுமானாலும் நாம் வாங்கலாம்.

உதாரணத்துக்கு, 1700 ரூபாய்க்கு கேஷ் மார்க்கெட்டில் ரிலை யன்ஸ் பரிவர்த்தனை நடக்கும்போது, ஆப்ஷன்ஸில் ரிலை யன்ஸ் பங்கு, ரூ.1650, 1700, 1750, 1800 என்ற விலைகளில் கிடைக்கும்.

நாம் என்ன செய்வோம்?

ரிலையன்ஸ் அடுத்த சில நாள்கள் அல்லது மாதங்களில் நல்ல விலை உயரும் என்று எதிர்பார்க்கிறோம். அது 1750 வரலாம். 1800-ம் வரலாம். அல்லது 1850 கூட வரலாம். இந்த மூன்று விலைகளில் எந்த விலைக்கு அருகில் நிச்சயம் வரும் என்று நினைக்கிறோமோ, அந்த விலைக்கு வாங்கலாம்.

சரி 1750 என்று நாம் நினைக்கிறோம். இங்கே 1750 ரூபாய் என்பது நாம் எதிர்பார்க்கும் ஒரு விலை. விலை என்று சொல்லாமல், இதனை மட்டும் நிலை (Stage) என்று சொல்வது குழப்பத்தைத் தவிர்க்க உதவும். சரி. ரூ.1750 என்று ஒரு நிலை.

நாம் 1750 ரூபாய் நிலையில் உள்ள ரிலையன்ஸ் லாட் ஒன்றை ஆப்ஷனில் வாங்குவதன்மூலம், விரைவில் அந்த விலை வரும் என்று நினைக்கிறோம். அப்படி வந்துவிட்டால் நாம் நினைத்தது சரியாகிவிடும்.

ஆனால் வேறு யாரோ ஒருவர் இந்த மார்க்கெட்டில் இந்தச் சூழ்நிலையில் அது சாத்தியம் இல்லை என்று நினைக்கிறார். அவர் நம்மிடம் பேசுகிறார் என்று வைத்துக் கொள்வோம்.

'அதெல்லாம் இல்லை. 1750 வர முடியாது.'

'இல்லை. 1750 வரும் என்று நான் நினைக்கிறேன்.'

'இன்று கேஷ் மார்க்கெட்டில் விலை ரூ.1,700-தான். நீங்கள் வருங்காலத்தில் (Future date - அதாவது அந்த மாத இறுதிக்குள் அல்லது அடுத்த, அதற்கடுத்த மாத இறுதிக்குள்) என்னிடமிருந்து ரூ.1,750க்கு வாங்கிக்கொள்ளத் தயாரா?'

'தயார்.'

'சரி. இன்றைக்கே அதை எழுதிக்கொள்வோமா?'

'ஓ! எழுதிக்கொள்வோமே!'

எழுதிக்கொள்கிறார்கள்.

அவர்கள் எழுதிக்கொள்வதுதான் Option Contract. விற்பதாக எழுதித் தருபவர் 'செல்லர்' (Seller). அப்படி அவர் ரிஸ்க் எடுப்பதற்காக அவருக்கு ஒரு தொகை கொடுக்கப்படும். அதன்

பெயர் பிரீமியம். அதைக் கொடுப்பவர் 'பையர்' (Buyer). அன்றைக்கே அதைத் தரகர் மூலம் கொடுத்துவிட வேண்டும்.

சரி, விலை குறிப்பிட்ட காலத்துக்குள் ரூ.1,750 போகவில்லை. என்ன ஆகும்? உயராதது மட்டுமல்ல, இறங்கி, இறங்கி விலை ரூ.1,680-க்கே வந்துவிடுகிறது. Buyer வாங்க ஒப்புக் கொண்ட விலை 1750. கணக்கு தீர்க்கும்போது நடப்பு விலை 1680. ஆக பங்கு ஒன்றுக்கு ரூ.70 நஷ்டம்.

கவலைப்படேல். ஆப்ஷன்ஸ் என்றால் வாய்ப்புகள் என்று பார்த்தோமல்லவா? அதில் ஒரு வாய்ப்பு, நமக்குச் சாதகமான விலை வந்தால் வாங்குவது. மற்றொரு வாய்ப்பு, விலை இறங்கி விட்டால் வாங்காமல் விட்டுவிடுவது! இதனை அழகாகக் குறிப்பிடுவார்கள்.

A buyer has a *right* to buy

But no *obligation* to buy என்று.

கால் ஆப்ஷனில் வாங்கியவருக்கு வாங்குவதற்கான முழு உரிமையும் உண்டு. ஆனால் வாங்கித்தான் ஆக வேண்டும் என்கிற கட்டாயம் கிடையாது (பேருந்தில் கைக்குட்டை போட்டு ரிசர்வ் செய்தது போல). 1680 விலையில் வாங்க வேண்டும் என்பதில்லை. விட்டுவிடலாம்.

விற்றவர் பாவம் இல்லையா? ஓரளவுக்குப் பாவம்தான். ஏன் ஓரளவுக்கு? அவர் அந்த பிரீமியத்தினை எடுத்துக்கொள்ளலாம். திருப்பித்தர வேண்டாம். அது அவரது நஷ்டத்தினைக் குறைக்கும்.

சரி. ஒருகால், 1750-க்கு என்று வாங்க நிர்ணயித்த ரிலையன்ஸ் 1800 போய்விடுகிறது. அப்போது என்ன ஆகும்?

கால் ஆப்ஷன் வாங்கியவர் விடுவாரா? விடமாட்டார். அதற்காகத்தானே அவர் பிரீமியம் கொடுத்து வாங்கினார்? '1800 ரூபாய் விலையில் கேஷ் மார்க்கெட்டில் வியாபாரமாகும் பங்குகளை 1750 ரூபாய்க்கு, 500 பங்குகள் (1 லாட்) தா' என்பார்.

அவருடைய அடக்க விலை 1750 மற்றும் அவர் கட்டிய பிரீமியம் ரூ.30. மொத்தம் ரூ.1,780. நடக்கும் விலை 1,800. அவருடைய லாபம், 1800 - 1780 = ரூ.20. பங்கு ஒன்றுக்கு ரூ.20 வீதம் 500

பங்குகளுக்கு ரூ.10,000. இதே ரிலையன்ஸ் 1900 போய்விட்டால்? அதனால் என்ன? எவ்வளவு வேண்டுமானாலும் போகட்டுமே! லாபத்துக்குத் தடையோ அளவீடோ கிடையாது. அதுதான் (வாங்கியவருக்கு) ஆப்ஷன்ஸ் கொடுக்கும் வாய்ப்பு.

விலை 1900 போய்விட்டால், அவருடைய லாபம், பங்கு ஒன்றுக்கு,

1900 - 1780 = 120.

மொத்தமாகக் கணக்கு பார்த்தால், ரூ.120 x 500 பங்குகள் = ரூ.60,000.

இங்கே கால் ஆப்ஷன் வாங்கியவரின் நஷ்டம் பிரீமியத் தொகைக்கு மேல் போகவே முடியாது. ஆனால் விற்கும் விலையைப் பொறுத்து எவ்வளவு லாபம் வந்தாலும் அதற்குத் தடையில்லை.

இவ்வளவு லாபம் கால் ஆப்ஷன் வாங்கிய ஒருவருக்குக் கிடைக் கிறது. சரி, இதனை யார் கொடுக்கிறார்கள்? யார் சட்டைப் பையில் இருந்து இந்தப் பணம் வருகிறது?

ஒப்பந்தத்தில் இருவர் கையெழுத்து போடுகிறார்கள் என்று பார்த்தோமல்லவா? ஒருவர் 'பையர்'. மற்றொருவர் 'செல்லர்'. அந்த செல்லர்தான் இந்தப் பணத்தைக் கொடுக்க வேண்டும்.

அதாவது அவர் விற்ற நிலையை (1750) காட்டிலும் விலை குறைந்தால், பிரீமியப் பணம் அவருக்கு. அது மட்டும்தான். ஆனால் விலை 1780-க்கும் அதிகமாக உயர்ந்ததோ, போயிற்று. உயரும் அளவு அவர் வாங்கியவருக்குக் கொடுத்தாக வேண்டும்.

ஆப்ஷன்ஸ் என்றாலே ரிஸ்க் குறைவு என்பது சரியல்ல. நாம் என்ன செய்கிறோம் (வாங்குகிறோமா? விற்கிறோமா?) என்பதைப் பொறுத்து ரிஸ்க் மாறும். லாப அளவும் மாறும்.

கால் ஆப்ஷனில் நஷ்டத்துக்கான ஆபத்து

• கால் ஆப்ஷனை வாங்கினால், நஷ்டத்துக்கான 'ரிஸ்க்' என்பது, கொடுக்கும் பிரீமியம் அளவு மட்டுமே. அதற்கு மேல் போகவே போகாது.

- அதே கால் ஆப்ஷனை எடுத்தவுடன் வாங்காமல் விற்று வைத்தால் (Short) ரிஸ்குக்கு அளவு கிடையாது. சந்தை விலை மாறுவதைப் பொறுத்து எவ்வளவு ஆனாலும் கொடுத்தாக வேண்டும் (Unlimited).

கால் ஆப்ஷனில் லாப வாய்ப்பு

- கால் ஆப்ஷனில் வாங்கியவருக்கு லாபத்துக்கு அளவே இல்லை. No cap or ceiling. எவ்வளவு உயர்கிறதோ, அவ்வளவும்.

- கால் ஆப்ஷனை விற்றவருக்கு லாபம் என்பது பெற்ற பிரீமியம் அளவு மட்டுமே.

இதையே அட்டவணையாகப் பார்த்தால்

ஆப்ஷன்	செயல்	லாப வாய்ப்பு	நஷ்டத்துக்கான வாய்ப்பு
கால்	வாங்குவது	அளவற்றது அளவுக்கு	பிரீமியம் கொடுத்த
கால்	விற்பது	பெற்ற பிரீமியம் அளவுக்கு	அளவற்றது

இதுவரை நாம் பார்த்தது எல்லாம் கால் ஆப்ஷன் பற்றியது. ஒருவர் வாங்க, வேறு ஒருவர் விற்கிறார். இனி புட் ஆப்ஷன்ஸ் பற்றிப் பார்க்கலாம்.

இது கால் ஆப்ஷனுக்கு நேர் எதிரானது. அதே ரிலையன்ஸ் பங்கையே உதாரணமாக எடுத்துக் கொள்வோம். 'புட்' (Put) என்றால் விற்று வைப்பது. நமக்கு சந்தை போகும் போக்கு சரியில்லை என்று படுகிறது. பங்குகளின் விலைகள் இன்னும் குறைய வாய்ப்பிருப்பதாகப் படுகிறது. என்ன செய்யலாம்?

தற்போது இருக்கும் 1700 விலையிலேயே ரிலையன்ஸ் பங்கு களை (அதன் ஆப்ஷன்ஸை) விற்று வைக்கலாம். முன்பு கால் ஆப்ஷனில் பார்த்தது போலவே இங்கும் பல நிலைகள் இருக் கும். ரூ.1750 , 1700, 1650, 1600 என்று.

நாம் 1,650 வரை இறங்கும் என்று நம்பி அந்த விலையில் விற்கத் தயார். அதற்கு ஒரு பிரீமியம் இருக்கும். 1600-க்கே நாம் விற்கத் தயார் என்றால் அதற்கு அதைவிடக் கூடுதலாக பிரீமியம் இருக்கும்.

இங்கே புட் ஆப்ஷனை சிலர் விற்க, வேறு யாரோ வாங்குகிறார்கள். இங்கும் கால் ஆப்ஷன் போலவேதான். விற்பவருக்கு அந்தக் குறிப்பிட்ட விலையில் அடுத்தவர் (வாங்கியவர்) தலையில் பங்குகளைக் கட்ட உரிமை உண்டு, விலை அதைவிடக் கீழே போய்விட்டால். அதேசமயம் அந்த விலையில் விற்றுத்தான் ஆக வேண்டும் என்று கட்டாயம் இல்லை, விலை உயர்ந்துவிட்டால்.

புட் ஆப்ஷனில் நஷ்டத்துக்கான ஆபத்து

- புட் ஆப்ஷனை வாங்கினால், நஷ்டம் என்பது கொடுத்த பிரீமியம் அளவு மட்டுமே.

- புட் ஆப்ஷனை விற்று வைத்தால், நஷ்டம் என்பது சந்தை விலையைப் பொறுத்து அளவற்றது.

புட் ஆப்ஷனில் லாபத்துக்கான வாய்ப்பு

- புட் ஆப்ஷனை வாங்கியவருக்கு, லாபத்திற்கு அளவில்லை. சந்தையைப் பொறுத்து, எவ்வளவு வேண்டுமானாலும் இருக்கலாம்.

- புட் ஆப்ஷனை விற்றவருக்கு, பெற்ற பிரீமியம் அளவு மட்டுமே லாப வாய்ப்பு.

புட் ஆப்ஷன் அட்டவணை

ஆப்ஷன்	செயல்	லாப வாய்ப்பு	நஷ்டத்துக்கான வாய்ப்பு
புட்	வாங்குவது	அளவற்றது	பிரீமியம் கொடுத்த அளவுக்கு
புட்	விற்பது	பெற்ற பிரீமியம் அளவுக்கு	அளவற்றது

கணக்கு தீர்க்கும் முறை

கால் ஆப்ஷனோ, புட் ஆப்ஷனோ, பணத்தால்தான் கணக்கு தீர்த்துக்கொள்ள வேண்டும். (Settled in Cash). 'வாங்கிய அளவு பங்குகளைத் தா' என்றோ, 'நீ கேட்ட பங்குகள் இந்தா' என்றோ டெலிவரி கொடுத்து வாங்கிக் கணக்கு முடிக்க முடியாது.

'நீ ஒரு விலை சொன்னாய். அதற்கு நான் ஒரு பிரீமியம் கொடுத்தேன். சரிவரக் கணக்கு முடித்துக் கொள்ளலாம். பணத்தைக் கொடுத்துவிடு. இல்லை வாங்கிக்கொள்.'

அவ்வளவுதான்.

ஃபியூச்சர்ஸிலும் ஆப்ஷன்ஸிலும் கணக்கு தீர்க்கும் நாள் என்பது கேஷ் மார்க்கெட் போல T+1 அல்லது T+2 அல்ல என்பது நமக்கு தெரியும். அது கேஷ் மார்க்கெட்டில்தான்.

ஆப்ஷன்ஸில் கணக்கு தீர்க்க இரண்டு முறைகள் உள்ளன. ஒன்று அமெரிக்கன் ஆப்ஷன் முறை. இதுதான் தனிப்பட்ட பங்குகளுக்கான ஆப்ஷன்களில் நடைமுறையில் உள்ளது (NSE). இதன்படி வாங்கிய மாதத்தின் கடைசி வியாழக்கிழமைக்குள் எந்த நாளிலும் கணக்கு தீர்த்துக் கொள்ளலாம். இதைத்தான் ஃபியூச்சர்ஸில் 'நேர் செய்துகொள்வது' என்று குறிப்பிட்டு வந்தோம்.

இரண்டாவது முறைக்குப் பெயர் யூரோப்பியன் ஆப்ஷன்ஸ் முறை. இதன்படி, கடைசி நாள் (கடைசி வியாழன்) அன்றுதான் கணக்கு முடித்துக் கொள்ள வேண்டும். முன்கூட்டி, வாய்ப்பான, வசதியானதொரு நாளில் கணக்கை நேர் செய்ய முடியாது.

யூரோப்பியன் ஆப்ஷன்ஸ் முறை தனிப்பட்ட பங்குகளுக்கு (Individual Securities) கிடையாது. இண்டெக்ஸ் ஆப்ஷன்ஸ் மட்டும்தான் இதைப் பின்பற்றுகின்றன. இண்டெக்ஸ் ஆப்ஷன்ஸ் பற்றிப் பின்னால் பார்க்க இருக்கிறோம்.

இப்பொழுது முழுமையான, நிஜமான உதாரணங்கள் சிலவற்றைப் பார்ப்போம்.

கால் ஆப்ஷன் உதாரணம்:

06.4.2016 அன்று பார்தி ஏர்டெல் நிறுவனப் பங்குகள் மீதான ஆப்ஷன்ஸ் எப்படியிருந்தன என்று பார்ப்போம்.

தேதி: 06.05.2016 (வெள்ளிக்கிழமை)

பங்கு: டி.எல்.எஃப்

பங்கு விலை : 126.50

மார்க்கெட் லாட்: 5000

ஆப்ஷன்: கால் ஆப்ஷன் (CA என்பார்கள் - C என்றால் கால். A என்றால் அமெரிக்கன்)

விலைகள் (நிலைகள்)

மாதம்	விலை (நிலை)	பிரீமியம்
மே	105	16.6
மே	110	15.70
மே	115	10.00
மே	120	9.40
மே	125	5.85
மே	130	3.45
மே	135	1.95
மே	140	1.05
ஜூன்	145	0.60
ஜூன்	150	0.35

ரூ.105-ல் தொடங்கி ரூ.150 வரை பல நிலைகள். நாம் எந்த நிலையிலும் கால் ஆப்ஷன் வாங்கலாம். அதன் மார்க்கெட் லாட் 5000. ரூ.105-ல் வாங்குவதென்றால் அதற்கு பிரீமியம் ரூ.16.60.

அப்படி நாம் அந்த விலையில் வாங்கினால் ரூ.105-க்கு பெயர் ஸ்டிரைக் பிரைஸ் (அடிக்கும் அல்லது முடிக்கும் விலை) என்று ஏற்கெனவே பார்த்தோம். அதன் பிரீமியம் ரூ.16.60. அப்படி அந்த ஆப்ஷனை நாம் வாங்கிவிட்டால், நமக்கு 5000 டி.எல்.எஃப் பங்குகளை ரூ.105-ல் மே மாதம் கடைசி வியாழக் கிழமைக்குள் வாங்கிக்கொள்ள உரிமை உண்டு. (வாங்குவதென்றால் அந்த விலை அனுகூலத்தை அடையும் வாய்ப்பு உண்டு).

அதே 06.5.16 அன்று டி.எல்.எஃப், ஃபியூச்சர்ஸில் 126.50 ரூபாய். அதையே ஆப்ஷன்ஸில் வாங்கினால் ரூ.105 (நாம் கொடுக்க வேண்டியதில்லை) + 16.60 ரூபாய் பிரீமியம் (நாம் கொடுக்க வேண்டியது.)

ஆக மொத்தம், நமக்கு அடக்க விலை 126.50 + 16.60 = 143.10 ரூபாய். ரூ.126.50 விற்கும் டி.எல்.எஃப்பை ரூ.143.10 கொடுத்து

ஏன் வாங்கவேண்டும்? நாம் கணக்கு நேர்செய்து கொள்ள வேண்டிய நாளுக்குள் (மே 2016 கடைசி வியாழன்) டி.எல்.எஃப் விலை உயர்ந்துவிடும் என்கிற எதிர்பார்ப்புதான் காரணம்.

அதையே 110 என்கிற நிலையிலும் வாங்கலாம். அதற்கு பிரீமியம் அன்றைய தினத்தில் ரூ.15.70தான். நமது அடக்கவிலை 110 + 15.70 = 125.70.

ரூ.105-ல் வாங்குவதற்கும், ரூ.110-ல் வாங்குவதற்கும் பிரீமியத் தில் வித்தியாசம் உள்ளது. ஆனால் அடக்கவிலையில் பெரிய மாறுதல் இல்லை. அதாவது ஸ்டிரைக் பிரைஸ் + பிரீமியம் என்பது கிட்டத்தட்ட ஒரே எண்தான்.

பல விலைகள், பிரீமியங்கள் இருந்தாலும் எல்லாவற்றிலும் பெரிய அளவு பரிவர்த்தனைகள் (Trade) இருக்கும் என்று சொல்ல முடியாது.

அதே தினம் (6.5.16) அந்த விலைகளுக்கு எவ்வளவு பரிவர்த் தனைகள் நடந்தன என்றும் பார்த்து விடுவோமே (விவரம் என்.எஸ்.இ. இணையதளத்தில் இருந்து எடுத்தது).

டி.எல்.எஃப். கால் ஆப்ஷன்ஸ் 06.05.2016

மாதம்	விலைகள்	பிரீமியம்	பரிவர்த்தனை எண்ணிக்கை No. of Trades (Volume)
மே	105	16.60	0
	110	15.70	4
	780	10	1
	800	9.4	90
	820	5.85	511
	840	3.45	979
	860	1.95	450

பார்த்தால் தெரிகிறதல்லவா? 125 மற்றும் 130 விலைகளை ஒட்டித்தான் அதிக வர்த்தகம் நடைபெற்றிருக்கிறது. அதே சமயம் ஜூன் மாத காண்டிராக்டுகளின் விலையையும் 130, 860

பிரீமியமையும் (6.50) சேர்த்துப் பார்த்தால், ஜூன் மாதத்தில் டி.எல்.எஃப். 136.50 விலை போகும் என்கிற புல்லிஷ் (Bullish) எதிர்பார்ப்பு இருப்பதும் தெரிகிறது.

இப்படிப்பட்ட கால் ஆப்ஷன்களில் எதை வேண்டுமானாலும் நாம் வாங்கலாம். பிரீமியத் தொகை மட்டும் கொடுத்துவிட்டால் போதும்.

06.05.16 அன்று அதிக பரிவர்த்தனை நடந்த மே மாதத்து 130 ரூபாய் ஆப்ஷனையே ரூ.3.45 பிரீமியம் கொடுத்து வாங்கியதாக வைத்துக்கொள்வோம்.

நாம் கொடுக்க வேண்டிய தொகை 5000 (மார்க்கெட் லாட்) x 3.45 (பிரீமியம்) = ரூ.17,250.

அதாவது ரூ.133.45 விலையில் 5000 டி.எல்.எஃப். வாங்கியதாகப் பொருள்.

வாங்கிய உடனே சந்தையில் என்ன விலை விற்கிறது என்று பார்க்கலாம்.

பார்தியின் பங்கு விலைகள் ரூ.130-க்கு விற்றால் நம்நிலை என்ன?

நமது அடக்க விலை (Strike price) 130 + 3.45 = 133.45

நடப்பு விலை   = 130

நமக்கு நஷ்டம் = 3.45 (அந்த நேரத்தில்...)

இதற்கு பெயர் Out of money ஆப்ஷன் (OTM). நமக்குத் தற்சமயம் அதில் லாபப் பணம் இல்லை.

நாம் வாங்கிய பிறகு விலை ரூ.133.45 சரியாக வந்துவிட்டால், அது At the money ஆப்ஷன் (ATM).

நாம் வாங்கிய விலையைக் காட்டிலும் கூடுதலாக (ரூ.2.40 போல) விலை உயர்ந்துவிட்டால், அதற்கு பெயர் In the money ஆப்ஷன் (ITM).

நாம் வாங்கிய விலை + பிரீமியத்தைத் தாண்டி கால் ஆப்ஷன் விலை போனால் தாராளமாக விற்றுவிடலாம். விற்று வித்தியா சத்தைப் பெற்றுக் கொள்ளலாம். விலை குறைந்துவிட்டால்,

அதோடு கணக்கை முடித்துக் கொண்டு, கொடுத்த பிரீமியத்தை மறந்து விடலாம்.

புட் ஆப்ஷன் உதாரணம்:

சுலபமான புரிதலுக்காக, அதே டி.எல்.எஃபை எடுத்துக் கொள்வோம். அதே 6.5.2016. என்ன நடந்தது?

டி.எல்.எஃப். புட் ஆப்ஷன் 6.5.16 (என்.எஸ்.இ. இணைய தளத்தில் வந்த விவரம்)

மாதம்	விலைகள் ரூ.பை.	பிரீமியம் எண்ணிக்கை	பரிவர்த்தனை வால்யூம்
மே	110	0.80	220
மே	115	1.40	389
மே	120	2.40	546
மே	125	4.05	366
மே	130	6.50	69
மே	135	13.10	01

இரண்டு தகவல்கள் பளிச்செனக் கண்ணில் பட்டிருக்குமே! ஒன்று புட் ஆப்ஷன் பிரீமியங்களில் பல, பைசாக்களில்தான் உள்ளன. தவிர பரிவர்த்தனை எண்ணிக்கைகள் மிக மிகக் குறைவு.

ஆமாம். நம் நாட்டில் ஆப்ஷன்ஸே குறைவு. அதிலும் புட் ஆப்ஷன் வாலின் நுனி போல. யானையின் அளவுக்கும் (கேஷ் மார்க்கெட்) அதன் வால் நுனியின் அளவுக்கும் சம்பந்தமே இல்லாமல் இருப்பதுபோல. புட் ஆப்ஷன் என்றால் நாம் விற்று வைப்பது. அதற்கு பிரீமியம் பெறுவோம். ஆனால் நஷ்டம் என்பது பிரீமியத்தின் அளவல்ல. ஸ்டிரைக் பிரைஸைவிட எவ்வளவு கீழே போகிறதோ, அவ்வளவு பணம் கொடுக்க வேண்டும். அதனால்தானோ என்னவோ நம் மக்கள் அதன் பக்கம் அதிகம் போவதில்லை.

ஆப்ஷன்ஸ்: சில குறிப்புகள்

1. ஃபியூச்சர்ஸ் போல ஆப்ஷன்ஸ் செய்வதற்கும் NSE-க்கு மார்ஜின் பணம் கட்டவேண்டும். கால் ஆப்ஷனோ, புட்

ஆப்ஷனோ வாங்குபவர் பிரீமியம் மட்டும் கட்டினால் போதும். விற்பவர்தான் மார்ஜின் கட்ட வேண்டும்.

2. ஒவ்வொரு F&O கணக்கு முடிக்கும் நாள் நெருங்க நெருங்க ஆப்ஷன்ஸ் பிரீமியம்கள் குறைந்து, குறைந்து - கடைசிநாள் பைசாக்களில் வந்து முடியும்.

3. ஒருவரே ஒரே பங்கின் கால் ஆப்ஷனையும் புட் ஆப்ஷனையும் வாங்கலாம். கால அளவு இருப்பதால், வெவ்வேறு விலைகள் நடக்கும்போது, கணக்கைத் தனித்தனியாக நேர் செய்து, லாபம் பார்ப்பது சாத்தியம்.

4. ஆப்ஷனைத் தனியாக செய்யாமல் ஃபியூச்சர்ஸ் அல்லது கேஷ் மார்க்கெட்டுடன் சேர்ந்து செய்யலாம். அதற்கென தனிப்பலன்கள் உண்டு.

5. ஆப்ஷன் செய்பவர்கள் கேஷ் மார்க்கெட்டை கவனிப்பதில் செலவழித்தால் நல்லது. அடிக்கடி மாறும் விலைகளைப் பயன்படுத்திக் கொள்ள முடியும்.

8

எதற்காக ஆப்ஷன்ஸ்?

*எ*தற்காக ஆப்ஷன்ஸ் செய்கிறார்கள்? அல்லது செய்யலாம்?

காரணம் 1

அதிகப் பணம் இல்லாமலேயே பங்குச்சந்தையில் பங்கு பெறுவதற்கான ஒரு வழி ஆப்ஷன்ஸ். முன்பே பார்த்தோம். கேஷ் மார்க்கெட்டைவிட, ஃபியூச்சர்ஸும், ஃபியூச்சர்ஸைவிட ஆப்ஷன்ஸும் குறைவான பணம் தேவைப்படும் வழி முறைகள்.

குறிப்பிட்ட எண்ணிக்கையிலான பங்குகளை வாங்கத் தேவைப்படும் பணத்தின் அளவாக நாம் ஏற்கெனவே பார்த்தது:

ஆப்ஷன்ஸ் முறையில், ரூ.5,000 முதல் 9,000 வரை

ஃபியூச்சர்ஸ் மார்க்கெட் முறையில், ரூ.40,000

கேஷ் மார்க்கெட் முறையில் ரூ.2,55,000

பலரும் இதற்காகத்தான் ஆப்ஷன்ஸ் செய்கிறார்கள். காரணம், பிரீமியம் கட்டினால் போதும். ஒரு காரையோ, அல்லது வேறு எதனையோ முன்பதிவு செய்யும்போது, ஒரு சிறு கட்டணம் மட்டும் கட்டுவோமே, அப்படிக் கட்டும் ஒரு தொகைதானே இது.

காரணம் 2

நம்மிடம் சில குறிப்பிட்ட பங்குகள் இருக்கின்றன. அவற்றை நாம் தொடர்ந்து வைத்திருக்க விரும்புகிறோம். ஆனால், சந்தையில் எப்போது என்ன நடக்கும் என்று தெரியவில்லை என்கிற பயம் இருக்கிறது.

நம்முடைய பங்குகள் வருகின்ற மாதங்களில் விலை குறைந்து விட்டால் என்ன செய்வது? இப்போது இருக்கும் விலைகள் நன்றாக இருக்கின்றனவே!

கையில் இருக்கும் பங்குகள் இருக்கட்டும். அதை எதுவும் செய்ய (விற்க) வேண்டாம். அதற்கு பதிலாக ஆப்ஷன்ஸ் பக்கம் போய், அந்தப் பங்குகளின் கால் ஆப்ஷன்களை விற்று வைக்கலாம்.

அதற்கு நமக்கு பிரீமியம் கிடைக்கும். நாம் விற்றபிறகு அந்தப் பங்குகளின் விலை ஏறிவிட்டால், அதன் நஷ்டம் முழுவதையும் நம்மிடமிருந்து கால் ஆப்ஷனை வாங்கியவருக்குக் கொடுக்க வேண்டுமே? அதனால் என்ன? நம்மிடம்தான் அதே பங்குகள் (கேஷ் மார்க்கெட்டில்) இருக்கின்றனவே. 'தானிக்கு தீனி சரி போயிந்தி' என்று விட்டுவிட வேண்டியதுதான்.

அப்படியில்லாமல், விலை இறங்கிவிட்டால்? கையில் விற்காமல் வைத்திருக்கும் கேஷ் மார்க்கெட் பங்குகளுக்கு நஷ்டம். அதே சமயம், நாம் விற்ற கால் ஆப்ஷனால் கிடைக்கும் பிரீமியம் நமக்கு லாபம். அது கேஷ் மார்க்கெட் நஷ்டத்தைக் குறைக்கும்.

இப்படியாக கால் மற்றும் புட் ஆப்ஷன்களை வாங்குவது அல்லது விற்பதன் மூலம், நம்மிடம் இருக்கும் பங்குகளை காபந்து செய்துக் கொள்ள முடியும். நீங்கள் சரியாக ஊகித்தது போல இது ஒரு Hedging Mechanism ஆகவும் பயன்படுகிறது.

காரணம் 3

நமக்கு, குறிப்பிட்ட பங்கு பற்றியோ, சந்தை பற்றியோ தெளிவான தகவல் கிடைக்கிறது. அல்லது சிறப்பாக யூகிக்கிறோம்.

குறிப்பிட்ட பங்கோ அல்லது மொத்தச் சந்தை குறியீட்டு எண்ணோ உயரப் போகிறது. அல்லது இறங்கப் போகிறது. என்ன செய்வோம்?

அந்தக் குறிப்பிட்ட பங்கை வாங்கிவிடுவோம், அது விலை ஏறி விடுவதற்குள். ஆனால் அதற்குத் தேவைப்படும் அளவு கையில் அதுசமயம் பணம் இல்லை என்று வைத்துக்கொள்வோம். என்ன செய்யலாம்? அந்தப் பங்கின் கால் ஆப்ஷனை வாங்கி விடலாம். அதற்கு, பங்குக்குக் கொடுப்பதுபோல முழுப்பணமும் கொடுக்க வேண்டியதில்லை என்று ஏற்கெனவே பார்த்திருக்கிறோம். (இறங்கப் போகிறது என்று தெரிகிறதா? புட் ஆப்ஷனை வாங்கி விடுவது.)

கையில் பணம் வரும்வரை காத்திருங்கள். இதற்குள் பங்கின் விலை உயர்ந்திருக்கும். வாங்கிய கால் ஆப்ஷன்களை விற்று விட்டு, முழுப்பணம் கொடுத்து கேஷ் மார்க்கெட்டில் வாங்கி டெலிவரி எடுத்துக் கொள்ளலாம். இது கொஞ்சப் பணம் கொடுத்து, ரிசர்வ் செய்யும் முறை போலத்தான்.

காரணம் 4

இங்கே பரிவர்த்தனை செலவு குறைவு. அதாவது, புரோக்கர் கமிஷன் மற்றும் அதற்குண்டான வரிகள். காரணம், மொத்தச் செலவே குறைவுதானே.

காரணம் 5

ரிஸ்க் குறைவாக இருக்குமாறு பார்த்துக்கொள்ள முடியும். அதேசமயம் லாபத்துக்கு கட்டுப்பாடில்லாமல் செய்யலாம்.

கால் ஆப்ஷன் வாங்கி அளவான ரிஸ்க் எடுத்து பெரிய லாபத் துக்கு முயற்சிக்கலாம்.

அதே போல, புட் ஆப்ஷன் வாங்கியும் - பெரிய லாபத்துக்கு முயற்சிக்கலாம். அளவான நஷ்ட ஆபத்துடன்.

காரணம் 6

கேஷ் மார்க்கெட், ஃபியூச்சர்ஸ் மற்றும் ஆப்ஷன்ஸ் என்ற மூன்று சந்தைகளையும் ஊன்றிக் கவனித்தால், ஒரே பங்குகளுக்கு சின்ன, பெரிய விலை வித்தியாசங்கள் இருப்பது தெரியும்.

அந்த வித்தியாசங்கள், அந்தந் சந்தைகளில் நிலவும் 'வாங்கி யோர் - விற்றோர்' நிலையைப் பொறுத்து வித்தியாசமாக இருக்கும்.

ஒருவரே மூன்று சந்தைகளையும் நன்கு கவனித்தால், இந்த வித்தியாசங்களைப் பயன்படுத்தி லாபம் பார்க்கலாம். இதனைத் தான் Price difference-ஆல் வரும் Arbitrage என்கிறார்கள்.

●

எப்போது ஆப்ஷன்ஸ் செய்யலாம்?

கராத்தே பற்றி சிலருக்குத் தெரிந்திருக்கலாம். அருமையான தற்காப்புக் கலை. அடி விழுந்தால் தெரியும். இடிமாதிரி இருக்கும் (சொல்லக் கேள்வி. பெற்ற அனுபவம் இல்லை!). அப்படிப்பட்ட கலையைக் கற்றுக் கொண்டவர்கள் 'எதிரி தாக்க வந்தால்' மட்டுமே தன் திறமையைக் காட்ட வேண்டு(மா)ம்.

வம்புக்குப் போய் நாமாக அடிக்கக் கூடாது. தேவைப்படும் போது மட்டுமே, தேவையான அளவு மட்டுமே, எதிரி நிலை குலையும்படித் தாக்கவேண்டும்.

ஆப்ஷன்ஸையும் அப்படித்தான் பயன்படுத்த வேண்டும். தெரிந்துகொண்டுவிட்டதற்காக சும்மாவேனும் செய்துபார்க்க வேண்டாம்.

ஒரு பங்கின் விலைப்போக்கு எப்படியிருக்கும் (Trend) என்று நிச்சயமாகத் தெரிகிறதா? விடாதீர்கள். ஏறும் என்றால் கால் ஆப்ஷன் வாங்குங்கள். இறங்கும் என்றால் புட் ஆப்ஷன் வாங்குங்கள். சரியான நேரத்தில் விற்றுவிட்டு வெளியேறுங்கள். லாபம்தான்.

முன்பே ஃபியூச்சர்ஸில் சொல்லியதுபோல ஆப்ஷன்ஸ் என்பதும் உங்கள் பாசறையில் சேர்ந்திருக்கும் மற்றுமொரு கருவி. சரியாகப் பயன்படுத்திக் கொள்வது உங்கள் சாமர்த்தியம்.

9

இண்டெக்ஸ் ஃபியூச்சர்ஸ் அண்ட் ஆப்ஷன்ஸ்

சென்ற அத்தியாயங்களில் நாம் பார்த்தது எல்லாம் தனிப்பட்ட பங்குகளை பற்றி மட்டுமே. இனி பார்க்க இருப்பது தனிப்பட்ட பங்குகளைப் பற்றியல்ல. இண்டெக்ஸ் பற்றி.

மும்பை பங்குச்சந்தைக் குறியீட்டு எண்ணுக்குப் பெயர் சென்செக்ஸ். தேசியப் பங்குச்சந்தையின் குறியீட்டு எண்ணுக்கு நிஃப்டி என்று பெயர்.

சென்செக்ஸில் 30 பங்குகள் இருக்கின்றன. நிஃப்டியில் 50 பங்குகள் இருக்கின்றன.

தேசியப் பங்குச்சந்தையில் (NSE) நிஃப்டி என்பது மட்டுமல்ல இண்டெக்ஸ். இன்னும்கூட சில இண்டெக்ஸ்கள் உருவாக்கப் பட்டுள்ளன.

முதலாவது, தேசியப் பங்குச்சந்தை குறியீட்டு எண் நிஃப்டி.

இரண்டாவது, ஐ.டி இண்டெக்ஸ் (தகவல் தொழில்நுட்பப் பங்குகளின் குறியீட்டு எண்)

மூன்றாவது, வங்கிப் பங்குகளின் குறியீட்டு எண் ஆன பேங்க் இண்டெக்ஸ்.

நான்காவதும் ஐந்தாவதும் ஜூன் 2007 முதல் அறிமுகப் படுத்தப்பட்டுள்ளன. ஒன்று ஜூனியர் நிஃப்டி. மற்றொன்று CNX 100. (இவைதவிர மும்பை பங்குச்சந்தையில் சில குறியீட்டு எண்கள் உள்ளன. அவற்றைப் பற்றி இங்கே நாம் குறிப்பிட வில்லை. ஒன்றைப் பற்றித் தெரிந்து கொண்டால் போதுமானது. மற்றவற்றைச் சுலபமாக புரிந்து கொண்டுவிடலாம்.)

இண்டெக்ஸ்களுக்கும் ஃபியூச்சர்ஸ், ஆப்ஷன்ஸ் ஆகியவை உண்டு.

ஆமாம். தனித்தனி பங்குகளுக்குச் செய்வதுபோலவே, தேசியப் பங்குச்சந்தையின் குறியீட்டு எண்ணான நிஃப்டி உயருமா அல்லது இறங்குமா என்று கணித்து, அதன் ஃபியூச்சர் அல்லது (கால் அல்லது புட்) ஆப்ஷனை வாங்கலாம். அல்லது விற்கலாம். பின்னால், அவற்றை, கணக்கு முடிக்க வேண்டிய காலத்துக்கு முன்பாக நேர் செய்துகொள்ளலாம்.

நேர் செய்துகொள்ளும்போது உள்ள குறியீட்டு எண் அளவினை வைத்து, லாபமோ அல்லது நஷ்டமோ ஏற்படும். இதில் ஒரு விஷேசம் என்னவென்றால், இதனை ஃபியூச்சர்ஸில்தான் வாங்கலாம், விற்கலாம். கேஷ் மார்க்கெட்டில் இன்டெக்ஸை வாங்கவோ விற்கவோ முடியாது.

இண்டெக்ஸ் ஃபியூச்சர்ஸ்

இந்த நிஃப்டி என்கிற குறியீட்டு எண் என்ன ஆகிறது? தினம் தினம் அலைபாய்கிறது. உயருகிறது. இறங்குகிறது. ஒரு இடத் தில் நிலையாக நிற்பது இல்லை. நிறைய நகர்தல் (Movements) செய்கிறது. ஒரே நாளில் 400 புள்ளிகள் வரைகூட இண்ட்ரா-டே நகர்தல்கள் செய்கிறது.

எதனால் இப்படி மாறிக் கொண்டிருக்கிறது?

பங்குகளின் விலை மாற்றங்களைச் சுட்டிக் காட்டுவதுதானே இண்டெக்ஸ்? நிஃப்டி என்பது தேசியப் பங்குச்சந்தையில் பட்டியலிடப்பட்டுள்ள 50 முன்னணிப் பங்குகளின் விலை மாற்றங்களை உள்ளடக்கியது.

அதனால் அந்த 50 பங்குகளில் கணிசமானவை விலை உயரும் போது குறியீட்டு எண்ணும் உயர்கிறது. அந்த 50 பங்குகளில் பெரும்பாலானவை விலை இறங்கினால், குறியீட்டு எண்ணும் இறங்குகிறது.

இந்த வலுவான தொடர்பினால் தனிப்பட்ட பங்குகளின் விலை கள் ஏறி இறங்குவது போலவே குறியீட்டு எண்களும் அடிக்கடி நகர்கின்றன.

நிஃப்டி ஃபியூச்சர்ஸ்

'இப்படிப்பட்ட வாய்ப்பு 'டிரேடிங்' செய்பவர்களுக்கு நல்ல வாய்ப்பல்லவா? ஏன் விடவேண்டும்' என்று நினைத்துத்தான், 'இண்டெக்ஸ்' என்பதையே ஒரு தனிப்பட்ட பங்கு போல வாங்கக்கூடிய, விற்கக்கூடிய பொருளாக (Products) செய்து விட்டார்கள்.

தனிப்பட்ட பங்குகளில் இல்லாத ஒரு வாய்ப்பு இதில் உள்ளது. தனிப்பட்ட பங்குகளில் ஏதோ ஒன்றை வாங்கினால், அதன் விலை உயரலாம், உயராமலும் போகலாம். ஆனால் மொத்த இன்டெக்ஸையுமே வாங்கும்போது. 50 பங்குகளில் சில விலை இறங்கினாலும் பாதகமில்லை. மொத்தத்தில் ஏறினால் போதும்.

பொருளாதாரம் நன்றாகத்தான் இருக்கிறது. மற்ற எல்லாமும் கூடப் பங்குகளுக்கு சாதகமாகத்தான் இருக்கின்றன. பங்குச் சந்தை குறியீட்டு எண் உயரும். பங்குகள் வாங்கலாம். சரி, எந்தப் பங்கை வாங்கலாம்?

எடுக்கும் முடிவு தவறாகிவிடலாம். ஏதோ காரணத்துக்காக, நாம் வாங்கிய பங்கு மட்டும் விலை உயராமல் போகலாம். (நம் அதிர்ஷ்டத்துக்கு இறங்காமல் இருக்க வேண்டும்!)

இந்த ரிஸ்க், இன்டெக்ஸை வாங்குவதில் கிடையாது. அதே போல, சந்தை ஒரேயடியாகத் தொடர்ந்து உயர்ந்திருக்கிறது. ஒரு 'கரெக்ஷன்' வந்தே ஆகும் என்கிறார்கள் வல்லுநர்கள். கையில் இருக்கும் பங்குகளை விற்கவும் மனதில்லை. என்ன செய்யலாம்?

இண்டெக்ஸை விற்று வைக்கலாம்.

தேசியப் பங்குச்சந்தையைப் பொறுத்தவரை முன்பு பார்த்த ஐந்து வெவ்வேறு இண்டெக்ஸ்கள் உள்ளன.

டாலர் மதிப்பு சரிகிறது. அதனால் தகவல்தொழில்நுட்பப் பங்குகளுக்குச் சிரமம்தான். எதை விற்று வைக்கலாம்? இன்போசிஸ்? டிசிஎஸ் அல்லது விப்ரோ? ரிஸ்க் அதிகம்தான். ஏதோ ஒரு பங்கை ஃபியூச்சர்ஸிலோ, ஆப்ஷன்ஸிலோ விற்று வைக்க, அது மட்டும் ஏதோ நமக்கு தெரியாத காரணத்தால், விலை இறங்காமல், உயர ஆரம்பித்தால்?

அதற்கு பதில் ஐ.டி. இண்டெக்ஸை விற்று வைக்கலாம். சரி, இனி இண்டெக்ஸின் தந்தையான நிஃப்டி இண்டெக்ஸ் பற்றி விரிவாகப் பார்ப்போம்.

இங்கே நினைவு வைத்துக் கொள்ள வேண்டியது, தற்சமயம் நாம் பார்ப்பது இண்டெக்ஸ் ஃபியூச்சர்ஸ். ஆப்ஷன்ஸ் இல்லை. ஃபியூச்சர்ஸுக்கும் ஆப்ஷன்ஸுக்கும் இடையே உள்ள வித்தியாசம் நமக்குத் தெரியும்.

இண்டெக்ஸ் விலைகள்

பங்குகளுக்கு என்று விலைகள் உண்டு. அவற்றின் EPS, PE முதலியவற்றைப் பொறுத்து விலைகள் அமையும், மாறும். ஆனால் இண்டெக்ஸ் என்பதற்கு தனியாக பேலன்ஸ்ஷீட், லாப,நஷ்டக் கணக்குகள் கிடையாதே! அதற்கு எப்படி விலை நிர்ணயிப்பது என்கிற சந்தேகம் சிலருக்கு வரலாம்.

இண்டெக்ஸுக்கு என்று தனியாக வேறு விலை கிடையாது. இண்டெக்ஸ் எந்த அளவில் இருக்கிறதோ, அதுதான் விலை.

உதாரணத்துக்கு, ஒரு குறிப்பிட்ட நாளில் நிஃப்டி முடிந்த அளவு 5608. (இதைப் புரிதலுக்காக கேஷ் மார்க்கெட் நிலை என்று எடுத்துக் கொள்வோம்!) அதேநாள் முடிவில் ஃபியூச்சர்ஸில் அதே நிஃப்டி என்ன அளவில் (விலையில்) கிடைத்தது? அன்று நிஃப்டி 5619 என்கிற அளவில் முடிந்தது. அதேநாள் 5610, 5645, 5508 (Opening, High, Low) என்கிற அளவில் நடந்திருக்கிறது. கடைசியாக 5619 என்கிற அளவில் முடிந்தது.

அதாவது, ஒருவர் அந்த நாளில் ஃபியூச்சர்ஸில் நிஃப்டி வாங்கி யிருப்பாரேயானால், 5619 என்கிற அளவில் கிடைத்திருக்கும்.

ஃபியூச்சர்ஸுக்கும் மார்க்கெட் லாட் உண்டு என்பது நமக்குத் தெரியும். ஒரு நிஃப்டி, இரண்டு நிஃப்டி வாங்கமுடியாது.

அன்று அதன் லாட் அளவு 50 ஆக இருந்தாக வைத்துக்கொள்வோம்.

5619-ல் 50 நிஃப்டி. அன்றைய நிலவரப்படி ரூ.2500 மார்ஜின் பணம் கட்ட வேண்டும். அதன்பிறகு நிஃப்டி இறங்கினால் இறங்கும் அளவு மார்க் டு மார்க் கட்ட வேண்டும். இறங்கும் போதெல்லாம்.

மற்ற ஃபியூச்சர்ஸ் போலவே கரண்ட் மன்த், நெக்ஸ்ட் மன்த், பார் மன்த் ஒப்பந்தங்களும் உண்டு.

மூன்று மாத காண்டிராக்ட்டுகளுக்கும் விலைகள் தினசரி நடக்கும். அவை கேஷ் மார்க்கெட்டில் நிஃப்டி என்னவாக இருக்கிறதோ, அதே அளவில், அதே எண்ணாக இருக்கவேண்டும் என்று அவசியமில்லை. மார்க்கெட் செண்டிமெண்ட் புல்லிஷ் ஆக இருந்தால், கேஷ் மார்க்கெட்டைவிட ஃபியூச்சர்ஸில் அதிகமாகவும், வரும் காலம் குறித்த அவநம்பிக்கை அதிகமானால், கேஷ் மார்க்கெட்டைவிடக் குறைவாகவும் இருக்கும். (நாம் சற்று முன்பார்த்ததுபொல் அன்றைய ஃப்யூச்சர்ஸில் 5619 என்பது கேஷ் மார்க்கெட்டைவிட (5608) கூடுதலாக (5619) இருந்தது.)

கேஷ் மார்க்கெட்டைவிட ஃபியூச்சர்ஸ் மார்க்கெட்டில் குறியீட்டு எண் கூடுதலாக இருந்தால் அதனை At Premium என்றும், குறைவாக இருந்தால் At Discount என்றும் சொல்வார்கள்.

அந்தக் குறிப்பிட்ட நாளில் 11 பாயிண்டுகள் நிஃப்டி பிரீமியத்தில் இருந்திருக்கிறது.

தனிப்பட்ட பங்கை, எப்படி ஃபியூச்சர்ஸில் வாங்கி, பின் விற்று நேர்செய்து கொள்வோமோ அப்படியே நிஃப்டியையும் வாங்கி, பின் விற்று நேர் செய்துகொள்ள வேண்டியதுதான். அந்த மாதக் கடைசி வியாழக்கிழமைதான் இங்கேயும் இறுதி நாள். நேர் செய்துகொண்ட கையுடன், தாராளமாக இங்கேயும் ரோல் ஓவர் செய்துகொள்ளலாம். தடையில்லை.

வாங்குகிறோம், விற்கிறோம். நாம் வாங்கியபிறகு நிஃப்டி உயர்ந்தது. நிஃப்டி எண் அதிகரித்தபிறகுதான் விற்றிருக்கிறோம். நமக்கு என்ன கிடைக்கும்? அதை எப்படிக் கணக்கிடுவது?

உதாரணம் ஒன்றைப் பார்ப்போம்.

ஒரு குறிப்பிட்ட நாளில் வாங்கும் போது நிஃப்டி குறியீட்டு எண்: *4220*

வாங்கிய லாட்: *1*

லாட் சைஸ்: *50*

விற்கும் போது நிஃப்டி குறியீட்டு எண்: *4255*

வித்தியாசம்: *35*

தரகர் நமக்குத் தரவேண்டிய தொகை (கமிஷன், வரி கழிப்பதற்கு முன்பு): *35 x 50 = ரூ.1,750*

இதனால் என்ன அனுகூலம்?

முன்பே பார்த்ததுதான். மொத்தப் பங்குச்சந்தையும் நன்றாக இருக்கிறது. வருகின்ற பல செய்திகளும் சாதகமாகவே இருக்கின்றன. ஆனால் எந்தப் பங்கு ஏறும் என்று நிச்சயமாகத் தெரியவில்லை. அல்லது நாம் அந்த ரிஸ்க்கை எடுக்க விரும்ப வில்லை. அப்படியென்றால், பேசாமல் நிஃப்டி குறியீட்டு எண்ணையே வாங்கிவிடலாமே? நம்மால் எவ்வளவு தாங்க முடியுமோ அவ்வளவு வாங்கிவிடலாம். பின்பு சரியான சமயத்தில் விற்றுவிட்டு, காசு பார்க்க வேண்டியதுதான்.

நமக்கும் தனிப்பட்ட பங்குகளுக்கும் எந்தச் சம்பந்தமும் இல்லை. ஒன்று ஏறும், இன்னொன்று இறங்கும். இதை யெல்லாம் யார் பார்த்துகொண்டிருப்பது? அதனால் நிஃப்டி ஃபியூச்சர்ஸை வாங்குபவர்கள் ஏராளம்.

இப்போது ஒரு சின்னத் தகவலை ஞாபகப்படுத்திக் கொள்ள லாமா? 2006-ம் ஆண்டு நிஃப்டி எவ்வளவு இருந்தது, நினை விருக்கிறதா? இப்போது? அவ்வளவு ஏன்? 2008 அக்டோபர் மாதம், எவ்வளவு வரை கீழே போனது? இப்போது? எவ்வளவு வித்தியாசம்? அவ்வளவும் பணம். வாங்கிவிட்டு ரோல் ஓவர் செய்துகொண்டே வந்தவர்களுக்கு. என்ன, மார்ஜின் பணம் உண்டு. மார்ஜின் கால்களும் உண்டு.

அதே நேரம், நிஃப்டி எப்போதும் உயர்ந்துகொண்டேதான் போகும் என்று எவராலும் உறுதிகொடுக்க முடியாது என்பதும்

உண்மை. அதனால், அதை விற்பவர்களும் உண்டு. விற்று, இறங்கியதும் வாங்கி, நேர் செய்து பணம் பார்ப்பவர்களும் இருக்கிறார்கள். இரண்டையும் செய்து விளையாடுபவர்களும் இருக்கிறார்கள்.

நிஃப்டி ஆப்ஷன்ஸ்

தனிப்பட்ட பங்குகளில் அவை விலை உயரும் என்று கணித்தால் கால் ஆப்ஷன் வாங்குவதுபோல, வீழும் என்று கணித்தால் புட் ஆப்ஷன் வாங்குவதுபோல மொத்த இண்டெக்ஸ் நகர்தலையும் கணிக்கிறேனே! அதையே வாங்கி வைக்கிறேனே அல்லது விற்று வைக்கிறேனே என்று சொல்பவர்கள் இருக்கிறார்கள். அவர்கள் ஃபியூச்சர்ஸ் மட்டும் செய்வதில்லை.

ஆப்ஷன்ஸிலும் செய்ய விரும்புகிறார்கள். வழி இருக்கிறது. ஃபியூச்சர்ஸ் அளவு பணம் வேண்டாம். ஆப்ஷன்ஸ்தான் எப்போதும் குறைந்த பணத்தைக் கொடுத்து வாங்கக்கூடிய வழி ஆயிற்றே!

தனிப்பட்ட பங்குகளுக்கு கால், புட் ஆப்ஷன்ஸ் இருப்பதுபோல நிஃப்டிக்கும் கால், புட் ஆப்ஷன்ஸ் உண்டு. வர்த்தகம் தினசரி நடைபெறுகிறது. மார்க்கெட் லாட், ஃபியூச்சர்ஸ் போலவே 50-தான்.

நிஃப்டி ஃபியூச்சர் அல்லது ஆப்ஷனில் வர்த்தகம் செய்வது பற்றி ஒரு உதாரணம் கொண்டு விளக்குவோம்.

தியாகராஜன் ஒரு லட்ச ரூபாயை வைத்துக்கொண்டு நிஃப்டியில் டிரேடிங் செய்ய விரும்புகிறார். இதற்காக ஒரு பங்குத் தரகரை அணுகுகிறார். அந்தத் தரகர், 1 லட்ச ரூபாய்க்கு, இரண்டு மடங்கு வியாபார வாய்ப்பு (Trading Exposure) கொடுக்கிறார். அதாவது, தியாகராஜன் ஒரு தினத்துக்குள் 2 லட்ச ரூபாய் பொறுமானமுள்ள பங்குகளை வாங்கலாம். அல்லது விற்கலாம் (Short போகலாம்).

அவர் வந்திருந்தது 2007-ம் வருடம் மே மாதம் கடைசி வாரம். பங்குச்சந்தை தொடர்ந்து நான்கு நாள்களாக உயர்ந்து வந்துள்ளது. நான்கு நாள்கள் உயர்ந்து விட்டதே, இனி இறங்கத்தானே செய்யும் என்பது தியாகராஜனின் கணிப்பு.

நிஃப்டி 4219 இருக்கும்போது தியாகராஜன் 20 லாட்டுகள் (1,000 நிஃப்டி, அதாவது லாட்டுக்கு 50 வீதம், 20 லாட்டுகள்) ஷார்ட் போனார். அதாவது விற்று வைத்தார். இது ஃபியூச்சர்ஸில்.

அவர் விற்றபிறகு நிஃப்டி இறங்கினால், இறங்குகிற அளவு அவருக்கு லாபம். இடையில் (Intra day) நிஃப்டி 4218 வந்தது. அவர் விற்றதைவிட 11 புள்ளிகள் குறைவு. அவர் கவர் செய் திருக்கலாம். ஆனால் செய்யவில்லை. 'தன் கணிப்பு சரி. நிஃப்டி கண்டிப்பாக இன்னும் இறங்கும்' என்று காத்திருந்தார்.

நேரம் ஆக, ஆக, நிஃப்டி மெல்ல உயர ஆரம்பித்து, கடைசியாக அது 4218 வந்தவுடன், தியாகராஜன் கவர் செய்துவிட்டார். விற்றது 4219-ல். திரும்ப வாங்கியது 4218-ல். லாபம் நிஃப்டி ஒன்றுக்கு 1 ரூபாய். 1,000 நிஃப்டிக்கு 1,000 ரூபாய். புரோக்கரேஜ் போக மீதம் அவருக்கு. லாபம் சொற்பம்தான். அதைவிட முக்கியம், நஷ்டம் இல்லாமல் வெளியே வந்து விட்டார்.

வேறு ஒருவர் தியாகராஜனிடம், 'ஆப்ஷன்ஸ் செய்யுங்க. நல்ல லாபம் பார்க்கலாம்' என்று யோசனை சொன்னார். தியாகராஜ னுக்கு ஆப்ஷன்ஸ் பற்றித் தெரியும். செய்ய முடிவு செய்தார். இப்போதும் சந்தைக் குறியீட்டு எண் இறங்கும் என்பது அவரது கணிப்பு.

சந்தை இறங்கும் என்று கணித்ததால் புட் ஆப்ஷன்ஸ் வாங்க முடிவு செய்தார். நிலைகளையும் விலைகளையும் பார்த்தார்.

பின்பு, நிஃப்டி 4200 என்கிற நிலையை ரூ.32-க்கு (பிரீமியம்) வாங்கினார். அவர் வாங்கியது மொத்தம் 3,125 ஆப்ஷன்ஸ். ஒரு புட் ஆப்ஷன் விலை 32 ரூபாய். மொத்தம் ரூ.1,00,000. பின்பு அவர் நிஃப்டி என்ன அளவில் நடக்கிறது என்பதைத் தொடர்ந்து கவனித்தார்.

நிஃப்டி 4168 (=4200 - 32) என்ற நிலைக்கு வந்தால்தான் அவருக்கு நஷ்டம் இல்லாமல் போகும். பிரீமியத்தில் கொடுத்த 32 ரூபாய் நிஃப்டியில் 32 புள்ளிகள் குறைந்து தியாகராஜனுக்கு லாபமாக வந்து பிரீமியம் காசைச் சரிக்கட்ட வேண்டும் (At the money). ஆனால் தியாகராஜன் 4200-ல் புட் ஆப்ஷன் வாங்கியபிறகு, நிஃப்டி இண்டெக்ஸ் 4215 என்ற அளவுக்கு உயர்ந்தது. அவர்கவர் (நேர்)செய்யவில்லை.

அது சமயத்தில் அவர் 4200 என்கிற புட் ஆப்ஷன் என்ன விலை நடக்கிறது என்று பார்த்தார். 4200 நிஃப்டி புட் ஆப்ஷன் 25 ரூபாய் விலையில் இருந்தது.

அவர் அது சமயம் தன் 4200 என்கிற புட் ஆப்ஷனை சந்தையில் விற்றிருந்தால் அவருக்கு பிரீமியம் தொகை ரூ.25 கிடைத் திருக்கும். 25 ரூ பிரீமியத்தில் வாங்க ஆள்கள் இருந்தார்கள். ஆனால் அவர் ஏற்கெனவே ஒரு நிஃப்டிக்கு 32 ரூபாய் கொடுத் திருந்தார். எனவே அவருக்கு 32 - 25 = 7 ரூபாய், நிஃப்டி ஒன்றுக்கு நஷ்டம் (Out of money) ஆகியிருக்கும். 3125 ஆப்ஷன்களுக்கு 21,875 ரூபாய் நஷ்டமாகிவிடும்.

அவர் காத்திருந்தார். அந்த மே மாதம் 31-ம் தேதிதான் கடைசி வியாழன். அதற்குள் சந்தை இறங்கினால் அவர் நஷ்டம் குறையும். 4168-க்கு கீழே போகப்போக அவருக்கு லாபம்தான்.

இல்லாவிட்டால், வியாழன் அன்று அவர் எப்படியும் கணக்கை நேர் செய்யவேண்டும்.

•

நிஃப்டி மட்டுமல்ல, தேசியப் பங்குச்சந்தையில் மொத்தம் 10 குறியீட்டு எண்கள் உள்ளன.

குறியீட்டு எண்	குறியீடு	லாட்
NIFTY BANK	BANKNIFTY	30
NIFTY 50	NIFTY	75
S&P 500	S&P 500	250
NIFTY IT	NIFTYIT	45
NIFTY PSE	NIFTYPSE	150
NIFTY INFRASTRUCTURE	NIFTYINFRA	150
NIFTY MIDCAP 50	NIFTYMID50	150
FTSE 100 INDEX	FTSE 100	75
DOW JONES INDUSTRIAL AVG	DJIA	30
INDIA VOLATILITY INDEX	INDIAVIX	650

இவையெல்லாம் ஏப்ரல் 2016 நிலவரப்படி. எப்போது வேண்டுமானாலும் மாறலாம். NSE மாற்றும். விசாரித்துத் தெரிந்துகொள்ள வேண்டும்.

நிஃப்டியை வாங்குவது விற்பது போலவே, மற்ற இண்டெக்ஸ் களையும் வாங்கலாம், விற்கலாம், நேர் செய்துகொள்ளலாம், ரோல் ஓவர் செய்துகொண்டே போகலாம்.

மத்திய அரசு ஏதோ ஒரு அறிவிப்பு செய்கிறது அல்லது ஒரு நடவடிக்கை எடுக்கிறது. அதனால் வங்கிப்பங்குகள் தாக்கமடையும் என்று தெரிகிறது. பாதிக்கும் என்று தெரிந்தால் என்ன செய்யலாம்?

ஒன்றா இரண்டா? பலவழிகள் இருக்கின்றன, இந்தத் தகவலை வைத்துப் பணம் செய்ய.

பல வங்கிப் பங்குகளை கேஷ் மார்க்கெட்டில் விற்கலாம். கடன் வாங்கி டெலிவரி கொடுக்கலாம். இது சாத்தியம்தான். பின்பு எதிர்பார்த்தது போல விலை இறங்கியதும் வாங்கி, கடனைத் திருப்பிக்கொடுத்துவிடலாம்.

பல வங்கிப் பங்குகளை ஃபியூச்சர்ஸ் மார்க்கெட்டில் விற்று வைக்கலாம். ஷார்ட் போவது. பின்பு விலை இறங்கியதும் வாங்கி நேர் செய்துகொள்வது.

மூன்றாவது வழி பல வங்கிப் பங்குகளின் கால் ஆப்ஷன்ஸை விற்றுவைப்பது. அல்லது புட் ஆப்ஷன்ஸை வாங்கிவைப்பது. விலை நாம் எதிர்பார்த்தபடி இறங்கும்வரை காத்திருப்பது.

இந்த மூன்று வழிகளிலும் ஒரு ஒற்றுமை இருப்பதைப் பார்த் திருப்பீர்கள். 'பல வங்கிப் பங்குகளை' என்றே மூன்று வழி களிலும் குறிப்பிட்டிருக்கிறேன். ஏன்?

தாக்கம் ஒரு வங்கிக்கு மட்டுமல்ல. எல்லா வங்கிகளையும் பாதிக்கப்போகிறது (CRR போல). அப்படியென்றால், பல வங்கிப் பங்குகளும் விலை இறங்கும். விடுவானேன்? பலதை யும் முடிந்த அளவு விற்றுவைப்போம் என்கிற எண்ணம்தான்.

விற்று வைக்க மட்டுமல்ல. அதே வங்கிகளுக்கு நல்ல செய்தி வருகிறதென்று நமக்கு முன்கூட்டியே தெரிகிறது அல்லது கணிக்கிறோம் என்றால், என்ன செய்யலாம்?

மேலே பார்த்த மூன்று வழிகளிலும் வாங்கி வைக்கலாம். விலை ஏறியதும் விற்றுவிடலாம். இங்கேயும் 'பல வங்கிப் பங்கு களையும்'தான்.

காரணம், நமக்குக் கிடைத்துள்ள தகவல் தனிப்பட்ட நிறுவனம் சார்ந்தது அல்ல. ஒரு துறை சார்ந்தது. அந்தத் துறையில் இயங்கும் அனைத்து நிறுவனங்களையும் அவற்றின் பங்கு விலைகளையும் பாதிக்க இருக்கிற தகவல்.

இங்கேதான் நாம் இந்தப்பகுதியில் பார்த்துவரும் இன்டெக்ஸ் ஜெயிக்கிறார். தனித்தனியாகப் பல பங்குகளை வாங்க வேண்டாம், அல்லது விற்கவேண்டாம். அதற்கு பதிலாக, அந்த பங்குகள் மட்டும் சேர்ந்துள்ள அதன் இண்டெக்ஸான BANK Nifty - ஐ வாங்கலாம், விற்கலாம்.

இப்படியாக, தகவல் தொழில்நுட்ப (IT) பங்குகளுக்கு என்று தனி இன்டெக்ஸ் இருக்கிறது. அதனையும் வாங்கலாம், விற்கலாம். ஃபியூச்சர்ஸிலும் ஆப்ஷன்ஸிலும். அதன் பெயர் CNX IT.

இண்டெக்ஸ் ஃபண்ட்கள்

இண்டெக்ஸ் என்பதே நேரடிப் பங்கு அல்ல. 'பங்குகளின் கூட்டமைப்பின்...' என்று நீட்டி முழக்கிச் சொல்ல வேண்டிய ஒன்று. நேரடியாகப் பங்குகளை வாங்காமல், அதன் குறியீட்டு எண்ணை வாங்குவது. அதையும் நாமே செய்வதைவிட, விவரம் தெரிந்தவர்களை வைத்துச் செய்தால் என்ன என்று தோன்றி னால்... 'அதற்கென்ன, நாங்கள் செய்து தருகிறோம்' என்று மியூச்சுவல் பண்ட் நிறுவனங்கள் வந்துவிட்டன.

கடந்த சில ஆண்டுகளில் நிஃப்டி 3000 - ல் இருந்து 6000 வரை வந்தது. 3000 புள்ளிகள் உயர்வு. முன்பு ஒரு லாட் 100 யூனிட்ஸ். அப்படியென்றால் லாபம் 3000 X 100 = 3 லட்சம். எவ்வளவு முதல்? மார்ஜின் பணம் மட்டும்தான். 'இந்தியா ஸ்டோரி' (இந்தியாவின் வளர்ச்சி) உறுதியானது, நிச்சயமானது என் கிறார்கள். அப்படியென்றால், எந்த நிறுவனம் நல்ல நிறுவனம் என்றெல்லாம் ஓடிக் கொண்டிருக்க வேண்டாம். பேசாமல் இண்டெக்ஸை வாங்கிவிடலாம்.

அதையும் நாமே வாங்க வேண்டாம். நன்கு நடத்தப்படும் 'இண்டெக்ஸ் ஃபண்டுகளை' வாங்கிவிடலாம். இன்னொரு சௌகரியமும் செய்து கொள்ளலாம். அதே இண்டெக்ஸ் ஃபண்ட் பரஸ்பர நிதியில் SIP (Systematic Investment Plan) எனப்படுவதை மாதாமாதம் ஒரு குறிப்பிட்ட தொகை கட்டி (R.D. போல) வாங்கலாம்.

இண்டெக்ஸ் இடையில் ஏறுகிறதோ, இறங்குகிறதோ பிரச்னை யில்லை. தொடர் முதலீடு, காலத்தால் நிரவிக் கொள்ளும்.

எக்ஸ்சேஞ்ச் டிரேடட் பண்டு (ETF)

ஒருவர் தன்னுடைய பணத்தைப் பங்குச்சந்தையில் முதலீடு செய்ய விரும்புகிறார். அவர் எந்தப் பங்குகளை வாங்கலாம்? புதிதாக வருபவர்களிடம் என்ன அறிவுரை வழக்கமாகச் சொல்லப்படுகிறது?

'அதிகம் பழக்கமில்லாத பங்குகளை, சிறிய நிறுவன அல்லது சமீபத்தில் தொடங்கப்பட்ட நிறுவனப் பங்குகளைத் தவிருங்கள்' என்றுதானே! காரணம் அவற்றின் செயல்பாடுகள் எப்படி இருக்கும் என்று உறுதியாகச் சொல்ல முடியாது. அதேபோல, அவற்றை நினைத்தவுடன் விற்கமுடியுமா (liquidity) என்றும் சொல்ல முடியாது.

அதனால் NSE-யில் உள்ள முதல் 50 பங்குகளில் (Nifty) எவற்றையோ அல்லது மும்பை பங்குச்சந்தையில் உள்ள A குருப் 30 பங்குகளில் எவற்றையோ வாங்குங்கள் என்றுதான் அறிவுரை சொல்லுவோம்.

அடுத்த சந்தேகம் வரலாம். நிஃப்டி 50-ல் எந்தப் பங்கை வாங்குவது? அதில் எவ்வளவு வாங்கலாம். நிஃப்டியில் உள்ள 50 பங்குகளையும் வாங்க முடிந்தால் நன்றாகத்தான் இருக்கும். காரணம், எல்லாம் ஊரறிந்த பங்குகள். அதிகம் பரிவர்த்தனை நடக்கும் பங்குகள். ஒன்றிரண்டு விழுந்தாலும் மற்றவை விலை உயர்ந்துவிடும். குறியீட்டு எண் தொடர்ந்து உயர்கிறது என்றால், அந்த 50 பங்குகளில் பெரும்பாலானவற்றின் விலைகள் உயர் கின்றன என்றுதானே பொருள்? இன்னும் உயரும் என்றால் ஏன் 50 பங்குகளையுமே வாங்கக் கூடாது?

ஆனால் 50 நிறுவனப் பங்குகளையும் சாதாரண முதலீட்டாளர்கள் வாங்குவது சாத்தியமா?

50 பங்குகளையும் ஒரு சாதாரண முதலீட்டாளர் வாங்குவதில் என்ன சிரமங்கள் உள்ளன?

1. அதிகப் பணம் வேண்டும்

2. வாங்கும் தரகர் கமிஷன் செலவு பிடிக்கும்

கூழுக்கும் ஆசை. மீசைக்கும் ஆசை. 50 பங்குகளின் மீதும் நம் கை இருக்கவேண்டும். ஆனால் அதிகப் பணம் செலவாகக் கூடாது.

அதற்குத்தான் நிஃப்டி இண்டெக்ஸ் F&O-வில் இருக்கிறதே. நிஃப்டி இண்டெக்ஸை வாங்கிவிட்டுப் போகலாமே! இண்டெக்ஸ் உயர உயர நமக்கு லாபம்தானே! நிச்சயமாக அது ஒரு வழிதான். ஆனால் ஃபியூச்சர்ஸில் இண்டெக்ஸ் வாங்கு வதில் சில சிரமங்கள் உள்ளன.

அதிகபட்சம் 3 மாதம்தான் வைத்துக்கொள்ளலாம். விற்று விட்டு, மீண்டும் வாங்க வேண்டும். அதாவது ரோல் ஓவர் செய்யவேண்டும். சிரமம், செலவு.

சரி, அதற்கு பதிலாக ஈக்விட்டி மியூச்சுவல் ஃபண்ட் (பரஸ்பர நிதி) எதிலாவது யூனிட்டுகளை வாங்கி விடலாமே? அதிலும் பங்குகள்தானே உள்ளன. பங்குகள் விலை உயர உயர, NAV எனப்படும், நிகர சொத்து மதிப்பு அதிகரிக்குமே! அது நமக்கு லாபம்தானே.

ஓரளவுக்குதான் பரஸ்பர நிதிகள் மேலே குறிப்பிட்ட நன்மை களைத் தரும். காரணம், நாம் வாங்கும் பரஸ்பர நிதி, நிஃப்டியின் அத்தனை 50 பங்குகளிலும் முதலீடு செய்திருக்காது. எனவே அவை அனைத்தும் ஏறுவதன் பலன் நமக்குக் கிடைக்காமல் போகலாம். மேலும் பரஸ்பர நிதிகளில் நுழைவு மற்றும் வெளியேறும் கட்டணங்கள்(Entry & Exit load) ஒரு கூடுதல் செலவு.

அப்படியென்றால் அந்தச் சிரமங்கள்கூட இல்லாமல் பங்குச் சந்தையில் நிஃப்டி 50 பங்குகளையும் வாங்குவதற்கு வேறு ஏதாவது வழி இருக்கிறதா என்ன?

ஆமாம்.

இன்று நேற்றல்ல, 5 வருடங்களுக்கு முன்பிருந்தே இருக்கிறது. 8 ஜனவரி 2002 முதல். அதன் பெயர் நிஃப்டி பீஸ். (Nifty BeEs)

நிஃப்டி பீஸ் என்பதன் விரிவாக்கம் - நிஃப்டி பெஞ்ச்மார்க் எக்ஸ்சேஞ்ச் டிரேடெட் ஸ்கீம் (Nifty Benchmark Exchange Traded Scheme). இதனை வெளியிட்டு நடத்தும் நிறுவனம் பெஞ்ச்மார்க் பரஸ்பர நிதி (Benchmark Mutual Fund). இதற்கான இணையத்தளத்தில் (www.benchmarkfunds.com) இதைப்பற்றிய கூடுதல் விவரங்கள் கிடைக்கும்.

நிஃப்டி பீஸ் எனும் யூனிட்டை (ஆமாம் Unit-தான், பரஸ்பர நிதி போலவே) கேஷ் மார்க்கெட்டில் NSE-யில் வாங்கலாம். மார்க்கெட் லாட் ஒன்றுதான் (மார்க்கெட் லாட் = 1). அதன் முகமதிப்பு யூனிட் ஒன்றுக்கு பத்து ரூபாய். 12.11.2007 அன்றைய விலை ரூ.575.89. இதனை வாங்கி (டெலிவரி எடுத்து) நம் டிமேட் கணக்கில் வைத்துக்கொள்ளலாம். எவ்வளவு காலம் வேண்டுமானாலும் வைத்துக் கொள்ளலாம். பின்பு விற்கலாம்.

நிஃப்டி பீஸ்-ன் அனுகூலங்கள்:

1. ஒன்றே ஒன்றுகூட வாங்கலாம். அதாவது 600 ரூபாய் இருந் தால்கூடப் போதும். மொத்த நிஃப்டி 50 பங்குகளிலும் ஒரு சிறுபகுதியை வாங்கியாகிவிட்டது.

2. நம்முடைய பணத்தைப் பங்குச்சந்தையில் முதலீடு செய்யும்போது, எந்தப் பங்கில் எவ்வளவு என்கிற பங்கீடு (Fund Allocation), இதில் சுலபமாக முடிகிறது.

3. வாங்குவதும் விற்பதும் சுலபம். பங்குபோலவே இருப்ப தால் கூடுதல் டென்ஷன் கிடையாது.

பேங்க் பீஸ் (Bank BeEs)

நிஃப்டி இண்டெக்ஸ் பங்குகளுக்கு ஒரு 'பீஸ்' (BeEs) இருப்பது போல தேசியப் பங்குச்சந்தையில் பரிவர்த்தனையாகும் பேங்க் இண்டெக்ஸில் (Bank Index) உள்ள பங்குகளுக்கும் ஒரு எக்ஸ்சேஞ்ச் டிரேடட் பண்டு உண்டு. அதுதான் 'பேங்க் பீஸ்'. இதன் முகமதிப்பும் பத்து ரூபாய்தான். 09.04.2012 அன்று இதன் விலை ரூ.1015.

இவைதவிர இன்னும்பல 'பீஸ்' (BeEs) உள்ளன.

ET ஃபண்ட் பெயர்	தொடங்கிய காலம்	நடத்தும் நிறுவனம்
ஜூனியர் பீஸ்	பிப்ரவரி 2003	பெஞ்ச்மார்க் MF
சுந்தர்	ஜூலை 2003	UTI
லிக்விட் பீஸ்	ஜூலை 2003	பெஞ்ச்மார்க் MF
பேங்க் பீஸ்	மே 2004	பெஞ்ச்மார்க் MF
பெஞ்ச் மார்க் ஸ்பிலிட் கேப்பிட்டல்	ஆகஸ்ட் 2005	பெஞ்ச்மார்க் MF
நிஃப்டி பீஸ்	ஜனவரி 2002	பெஞ்ச்மார்க் MF

எக்ஸ்சேஞ்ச் டிரேடட் ஃபண்ட்கள் எப்படிச் செயல்படுகின்றன?

நாம் மேலே அட்டவணையில் பார்த்த பெஞ்ச்மார்க் MF, UTI போன்ற நிறுவனங்கள் தினசரி, இண்டெக்ஸில் உள்ள பங்கு களை, இண்டெக்ஸில் இருக்கும் அதே விகிதாசாரத்தில் வாங்கு வார்கள், விற்பார்கள். ஒவ்வொரு நாளும் அவர்கள் கையில் இண்டெக்ஸில் என்ன விகிதத்தில் உள்ளதோ அதே விகிதத்தில், அதே பங்குகள் இருக்கும்.

இப்போது அவர்களிடம் ஒரு பங்குகளின் கூடை (Basket) இருக் கிறது. அதைவைத்து ஒரு ETF பரஸ்பர நிதி யூனிட்களை உரு வாக்குவார்கள். அந்த நிதியின் யூனிட்களை முதலீட்டாளர் களிடமே கொடுப்பார்கள். (நம்மைப் போன்ற முதலீட்டாளர்கள் வேறு. இவர்கள் வேறு.)

அவற்றைப் பெற்ற முதலீட்டாளர்கள், சிலவற்றைத் தாங்களே வைத்துக்கொண்டு, மிச்சத்தை பங்குச்சந்தையில் பீஸ் (BeEs) ஆக விற்பார்கள்.

அவற்றைத்தான் நாம் வாங்க முடியும் என்று பார்த்தோம். அப்படி வாங்கிய நம்மைப் போன்றவர்கள் அவற்றை மீண்டும் விற்கலாம். இப்படியாக, 'பீஸ்' என்பது சந்தையில் பலரிடம் போய்ச் சேரும். பின்பு தொடர்ந்து சந்தையில் பரிவர்த்தனை நடக்கும்.

இதனால் நமக்கு என்ன லாபம்?

முன்பே சொன்னதுதான். ஒரு கூடைப் பங்குகளை ஒரு சேர (புரூட் சாலட் ஒரு ஸ்பூன் மாதிரி) கொஞ்சம் வாங்கலாம். குறி யீட்டு எண் உயர உயர, முதல் பெருக்கம் பார்க்கலாம்.

கோல்ட் பீஸ் (Gold BeES)

இதுவரை நாம் பார்த்ததெல்லாம் பங்குகள் சார்ந்த வர்த்தகம். நேரடியான பங்குகள் அல்லது அவற்றின் டெரிவேட்டிவ்கள்.

உலகமெங்கும், முதலீடுகள் என்று பார்க்கும்போது தங்கம் என்பது முக்கிய இடம் வகிக்கிறது. அதிலும் மிகவும் பாதுகாப் பான முதலீடு என்பதில் தங்கத்துக்கு பங்குகளைவிட அதிக மதிப்பு.

'பைனான்சியல் அசெட்' எனப்படும் பங்குகள், பாண்டுகள், மியூச்சுவல் ஃபண்டுகள், எஃப்.டி.க்கள் முதலியவற்றுக்கும் 'பிசிக்கல் அசெட்' எனப்படும் தங்கம், நிலம் முதலியவற்றுக்கும் சில வேறுபாடுகள் உண்டு. 'பைனான்சியல் அசெட்'களைக் கையாள்வதும் பாதுகாப்பதும் சுலபம்.

தங்கத்தில் முதலீடு செய்வது என்றால், எவ்வளவு வாங்கி, எங்கே பூட்டி வைத்திருப்பது, யார் பாதுகாப்பது? லாக்கர் வாடகை, பாதுகாப்புக் காப்பீடு (இன்சூரன்ஸ்) செலவு என்றெல்லாம் அதற்கு ஏகப்பட்ட செலவு செய்ய வேண்டியிருக்குமே!

தங்கத்தில் முதலீடு செய்வது லாபம் தரத்தக்கது. (கடந்த சில ஆண்டுகளில் நல்ல வருமானம் தந்திருக்கிறது.) அதே சமயம் அதை வாங்கி விற்பது சிரமமாயிற்றே! அதன் தரம், நகைகளாக வாங்கினால், அதில் கழிக்கப்படும் செய்கூலி, சேதாரம் எல்லாம் தங்கத்தின் பக்கம் போவதைத் தடுக்கிறது. என்ன செய்யலாம் என்று யோசித்திருக்கிறார்கள்.

அந்த யோசனையின் விளைவாகப் பிறந்ததுதான் கோல்ட் பீஸ். நாம் முன்பு பார்த்தது போலவே எக்சேஞ்ச் டிரேடட் பண்ட்ஸ் (ETF).

2007 முதல் நம் நாட்டிலும் தங்கத்தினை தங்கமாகவே வாங்கா மல், பங்குகளை டிமேட்டில் வாங்குவதுபோல வாங்கலாம், விற்கலாம். ஆம், தேசியப் பங்குச் சந்தையில் தங்கமும் விற் பனை ஆகிறது.

2007 பிப்ரவர் மாதம் முதல், பெஞ்ச்மார்க் அசெட் மேனேஜ் மெண்ட் வெளியிட்ட கோல்ட் பீஸ் தேசியப் பங்குச் சந்தையில் கிடைக்கிறது. மார்க்கெட் லாட் என்பது ஒரு கிராம்.

பின்பு மார்ச் 2007-ல் UTI-யும் Gold Exchange Traded Fund (GETF) ஒன்றை ஏற்படுத்தியுள்ளது. அதன் மார்க்கெட் லாட்டும் 1 கிராம்தான்.

மியூச்சுவல் ஃபண்ட்களைப் போன்றே அதன் நிகர சொத்து மதிப்பினை (NAV) பொறுத்தே விலைகள் அமையும்.

ஏப்ரல் மாதம் ரூ.949.71 ஆக இருந்த 1 கிராம் GETF விலை நவம்பர் 2007-ல் 1004.49 ஆக உயர்ந்தது. கிட்டத்தட்ட 17% லாபம்.

இதே போன்ற தங்க ETF-களை கோட்டக் மற்றும் ஐசிஐசிஐ புருடென்ஷியல் நிறுவனங்களும் நடத்துகின்றன.

இந்த ஃபண்ட்களை நடத்துவதற்காக வருடத்துக்கு ஒரு சதவிகிதம் கட்டணமாக 'மேனேஜ்மெண்ட் எடுத்துக் கொள் வார்கள். இதெல்லாம் விலையில் கொஞ்சம் பிரதிபலிக்கும்.

பங்குச்சந்தையில் இறக்கம் வருகிறபோது, பங்குகளை வாங்கு கிறோம். அப்படியே கொஞ்சம் கோல்ட் பீஸ் வாங்குவது இன் னொரு வழி.

வெளிமார்க்கெட்டில் தங்கமாகவே வாங்குவதற்கும் இப்படி கோல்ட் பீஸ் ஆக, NSE-யில் வாங்குவதற்கும் விலையில் வித்தியாசம் மிகக் குறைவுதான் என்பதை 21/8/07 முதல் 7/9/07 வரை நடந்த விலைகளில் இருந்து தெரிந்து கொள்ளலாம்.

10

மோத்தத்தில்...

இந்தப் புத்தகத்தில் நாம் பார்த்தெல்லாம், அதிகமான முதலீட் டாளர்களுக்குத் தெரிந்திராத பங்கு வர்த்தக வழிமுறைகள். இவற்றை மொத்தமாக டெரிவேட்டிவ்ஸ் (Derivatives) என்றழைக் கிறார்கள்.

Derived என்றால் உருவாக்கப்பட்ட, எடுக்கப்பட்ட என் றெல்லாம் பொருள் கொள்ளலாம். நிறுவனங்கள் தொடங்க, நடத்த முதல் தேவைப்படுகிறது. அந்த முதல் சிறு பங்கு களாகப் பகுக்கப்பட்டு, விநியோகிக்கப்பட்டு, பலராலும் வாங்கப்பட்டு, அதன்பிறகு பங்குச்சந்தையில் பரிவர்த்தனை நடக்கிறது.

இப்படி நடப்பதெல்லாம் நேரடியானவை. பங்காக வாங்குவது, வாங்கியதை வைத்திருப்பது, டிவிடெண்ட், போனஸ், உரிமைப் பங்குகள் போன்றவற்றை அனுபவிப்பது. நிறுவனத்தின் முடிவு களில் தேவையானால் வாக்களிப்பது, கூட்டங்களில் கலந்து கொள்வது.

'டெரிவேட்டிவ்ஸ்' என்பது அடுத்த கட்டம். நிறுவனப் பங்கு களை, நிஜமான பங்குகளை வாங்குவதும் இல்லை; விற்பதும் இல்லை. அவற்றை ஒட்டிய வியாபாரம்தான். அந்தப் பங்கு களின் விலை மாற்றத்தினை வைத்து, எப்படி லாபம் பார்ப்பது என்று முயற்சிப்பது.

நிதானமாக யோசித்து, முடிவெடுக்கத் தெரிந்தவர்கள் ஃபியூச் சர்ஸ், ஆப்ஷன்ஸ், இண்டெக்ஸ் ஃபண்டுகள் முதலியவற்றை பயன்படுத்திக் கொள்ளலாம்.

ஜாக்கிரதை

கேஷ் மார்க்கெட்டில் பங்குகளை வாங்கும்போது, பங்குகள் கைக்கு வரும். ஏதேதோ காரணங்களால் பங்குச்சந்தை தொடர்ந்து இறங்கினாலும், நஷ்டத்தினைக் கையில் பிடிக்காமல், மீண்டும் பங்குச்சந்தை உயரக் காத்திருக்கலாம். இடையில் வேறு வேலை பார்க்கலாம்.

F&O-வில் செய்வது முதலீட்டுக்காக இல்லை. குறுகிய காலத்தில் பெரிய லாபம் பார்ப்பதற்குத்தான். அது சாத்தியம்தான். பங்குச்சந்தையின் போக்கினைச் சரியாக கணிக்க முடிந்தால், சரியான முடிவுகளை சரியான நேரத்தில் எடுக்கத் தெரிந்தால்.

செய்பவர்கள் இருக்கிறார்கள். பெரும்பணம் பார்த்தவர்களும் இருக்கிறார்கள். அதேசமயம் பெரிய அளவில் விட்டவர்களும் இருக்கிறார்கள்.

ஃபியூச்சர்ஸ்

முதலீடு போலவே ஃபியூச்சர்ஸிலும் பங்கு லாட்டுகளை வாங்கி, தொடர்ந்து ரோல் ஓவர் செய்து கொண்டே போக முடியும். ஆனால் சிலரால்தான், மிகப் பெரிய விலை வீழ்ச்சிகளின்போது தைரியத்தை இழக்காமல், தெம்பாகச் சமாளிக்க முடிகிறது. பல்லைக் கடித்துக் கொண்டு எல்லாம் சரியாகிவிடும் என்று காத்திருக்க முடிகிறது.

சந்தை எப்போது விழும்? எவ்வளவு காலத்துக்கு விழும் போன்றவற்றை எவராலும் துல்லியமாகக் கணிக்க முடியாது. நல்ல நிலைமைகளாகவே இருந்தாலும், மக்கள் ஒரேயடியாக பேராசைப்பட்டு, குறுகிய காலத்தில் விலைகளை அதிரடியாக

உயர்த்திவிடுவார்கள். ஒருவரோடு ஒருவர் பேசிக் கொள்ளாமல், லட்சக்கணக்கில் முத்துக் குளிக்கும் கடல் இது.

அப்படி உயர்த்தப்பட்ட விலைகள் நிலையாக இருக்க முடியாது. ஸ்பெகுலேஷன்படி வந்த பணம் பங்குச்சந்தையில் நிலையாகத் தங்காது. அதனால், பங்குச்சந்தையை பாதிக்கும் செய்திகள் ஏதும் வந்தால், தங்கள் பணத்தைக் காப்பாற்றிக் கொள்ள ஹெட்ஜ் ஃபண்ட்கள் உட்பட பலரும் உடனடியாகப் பங்குகளை விற்பார்கள். அதிலும் ஃபியூச்சர்ஸில் உள்ளவர்கள் நிறையவே விற்பார்கள். காரணம், அவர்கள் நீண்ட காலத்துக்கு வாங்கி இருக்க மாட்டார்கள். மேலும் அவர்கள் வாங்கியிருக்கும் அளவு, அவர்களால் தாங்கக்கூடியதைவிட எப்போதுமே அதிகமாகத் தான் இருக்கும்.

சந்தை விழ விழ, அவர்கள் 'மார்க் டு மார்க்'க்காகப் பணம் கட்ட வேண்டிவரும். இறங்குகிற மார்க்கெட்டில் ஏன், விற்காமல் வைத்துக் கொண்டு, பணம் கட்ட வேண்டும் என்று நினைத்து நஷ்டத்திலும் விற்பார்கள். நஷ்டத்தை குறைத்துக் கொள்வதாக நினைத்துக் கொண்டு மேலும் நஷ்டம் பார்ப்பார்கள்.

இதனால் பங்குச்சந்தையில் விலைகள் தொடர்ந்து குறைந்து கொண்டே போகும். இப்படிப்பட்ட சூழ்நிலைகள் அவ்வப் போது வரத்தான் செய்யும். 2006-ல் ரிசர்வ் வங்கி உயர்த்திய CRR, உலக அளவில் உலோகங்களின் விலையில் ஏற்பட்ட திடீர் இறக்கம், பின் அமெரிக்காவின் 'சப்-பிரைம்', FII-களை அதிர வைத்த செபியின் பார்டிசிபேட்டரி நோட்ஸ் நடவடிக்கை முதலியவற்றால் பெரிய இறக்கங்கள் திடீரென வந்தன.

அது போன்ற நேரங்களில், இனி பங்குச்சந்தை அவ்வளவுதான், 'அவ்வளவு கீழே போகும்', 'இவ்வளவு கீழே போகும்' என்று சொல்வார்கள். போகும் போலத்தான் இருக்கும். எப்போது மீளும் என்று எவராலும் சொல்ல முடியாது.

ஆகையால், ஃபியூச்சரிஸில் ஜாக்கிரதையாக இறங்க வேண்டியது அவசியம். அளவுக்கு அதிகமாக இறங்குவது செய்யவே கூடாதது.

இறங்கினாலும் மார்ஜின் பணம் (M to M பணம்) கட்டக்கூடிய அளவு பணத்தை தயார் செய்து வைத்துக் கொண்டுதான் இறங்க வேண்டும். அப்படி செய்யும்பட்சம், திடீர் இறக்கங்களால் ஏற்படும் பாதிப்புகளில் இருந்து தப்பித்துவிடலாம்.

முடிந்தால், அப்படிப்பட்ட இறக்கங்களுக்காகக் கையில் ரொக்கத்துடன் காத்திருந்து, எல்லாரும் 'போச்சுடா' என்று வெளியேறும்போது சிறிய அளவுகளில் (1 லாட், 2 லாட்) நல்ல, அடிப்படையில் வலுவான பங்குகளை வாங்கலாம். ரோல் ஓவர் செய்துகொள்ளலாம்.

ஆப்ஷன்ஸ்

ஆப்ஷன்ஸ் என்பதும் முதலீட்டு விஷயமல்ல. பிரீமியம் எனப் படும் நம்முடைய மொத்தப் பணமும் போய்விடும் ஆபத்து இங்கேதான் நிறைய உள்ளது. ஆனாலும் 'ஹெட்ஜிங்' மற்றும் மற்ற சந்தைகளுடன் இருக்கும் விலை வித்தியாசங்களில் ஆதாயம் பார்க்க, ஆப்ஷன்ஸில் இறங்கலாம்.

நிறைய நேரம், கவனிக்கக்கூடிய திறன் மற்றும் டிரேடிங்குக்கான மனப்பான்மை இருப்பவர்கள் ஆப்ஷன்ஸ் செய்யலாம். ஓரளவு பணத்தினை இதற்கென்று எடுத்து வைத்துக் கொண்டு, விவரம் தெரிந்தவர் உதவியுடன், தரகர் அலுவலகங்களுக்கே நேரடியாகச் சென்று செய்யலாம்.

ஆனாலும் இது முழுக்க முழுக்க டிரேடிங் என்பதையும் நாம் செய்வது 'ஸ்பெகுலேஷன்' எனப்படும் பேரம்தான் என்பதையும் மறந்துவிட வேண்டாம்.

மொத்தத்தில், ஃபியூச்சர்ஸ் அண்ட் ஆப்ஷன்ஸ் என்பது பெருங் கடல். உங்களுக்கு நன்றாக நீச்சல் தெரியும் என்றாலும் தொபீர் என்று கடலில் குதித்துவிடக் கூடாது. அதிகம் பள்ளமில்லாத, அலையடிக்காத, சுழல் இல்லாத இடம் பார்த்து, கொஞ்சம் கொஞ்சமாக, ஜாக்கிரதையாகத்தான் இறங்க வேண்டும். ஏதாவது ஒரு சின்ன ஆபத்து என்றாலும் உடனே கரைக்கு வந்து விடுகிற மாதிரி பார்த்துக் கொள்ள வேண்டும்.

நன்றாகத்தான் இருக்கும் சுகமான கடல் குளியல். அதைவிட முக்கியம், பாதுகாப்பான கடல் குளியல். இரண்டுமே உங்கள் கையில்தான்.

முடிவாக

பங்குச்சந்தை எவ்வளவோ வாய்ப்புகளைத் தருகிறது. நமக்கும் அவை பற்றியெல்லாம் தெரிய வேண்டும். அவற்றை நம்

வாசகர்களுக்குத் தெரியப்படுத்துவதுதான் இந்தப் புத்தகத்தின் நோக்கம்.

பங்குச்சந்தை என்கிற பெரிய மாளிகையில் பல அறைகள். அவற்றுக்கு பல கதவுகள். இந்தப் புத்தகம் மூலம் இன்னும் சில கதவுகள் திறக்கப்பட்டிருக்கின்றன.

'இதோ, இங்கே இப்படி இவ்வளவு இருக்கிறது. இதையும் பாருங்கள்' என்பது போல அறிமுகப்படுத்தி இருக்கிறேன், நான் புரிந்து கொண்ட அளவு. இன்னும் எவ்வளவோ இருக்கிறது. தொடர்ந்து செய்யும்போது நீங்கள் கூடுதலாகவே தெரிந்து கொள்வீர்கள்.

F&O மற்றும் பிற டெரிவேட்டிவ்ஸ் மூலமாகவும் நிறைய பணம் செய்யலாம். செய்வீர்கள். அதே சமயம் கேஷ் மார்க்கெட் மற்றும் நீண்டகால முதலீட்டுக்கு ஈடு இணை ஏதும் இல்லை என்பதை யும் மறந்துவிடாதீர்கள்.

பின்னிணைப்பு - 1

சில வார்த்தைகளும் அதற்கான விளக்கங்களும்

1. ஒப்பன் இன்ட்ரெஸ்ட் (OI)

எவ்வளவு ரூபாய் பணத்துக்கு மொத்தமாக காண்ட்ராக்டுகள், வாங்கவோ விற்கவோ செய்யப்படுகின்றன. வாங்கியவர்கள் விற்றாலும் விற்றவர்கள் (Short போனவர்கள்) வாங்கி நேர் செய்து கொண்டாலும், அது கணக்கில் வராது. இன்னும் கணக்கு முடிக்கப்பட வேண்டிய ஒப்பந்தங்களின் பணமதிப்பு எவ்வளவு? இதுதான் ஒப்பன் (முடிக்கப்படாமல் இருக்கும்) இண்ட்ரெஸ்ட் (ஆர்வமாக இருக்கிறார்கள்!).

இப்படி 2007 செப்டெம்பர் 26 அன்று இருந்த ஒப்பண் இண்ட்ரெஸ்ட் (OI) மதிப்பு ரூ.1 லட்சம் கோடிக்கும் மேல்.

இதில் பங்குகள் சார்ந்த 'ஸ்டாக் ஃபியூச்சர்ஸ¬ம்' இண்டெக்ஸ் சார்ந்த 'இன்டெக்ஸ் ஃபியூச்சர்ஸ¬ம்' அடக்கம். 28/5/2016 அன்று நடந்த 17,013 கோடி ரூபாய் F&O டேர்ன் ஓவரில், 37,165 கோடி பங்குகள் ஃபியூச்சர்ஸிலும் 19,026 கோடிகள் இண்டெக்ஸ் ஃபியூச்சர்ஸிலும் 1,46,147 இண்டெக்ஸ் ஆப்ஷன்ஸிலும் 20,679 ஸ்டாக் ஆப்ஷன்ஸிலும் நடந்திருக்கிறது. மேற்கண்ட தகவலில் இருந்தே எப்படி ஆப்ஷன்ஸ் மிகஅதிகமாக நடக்கிறது எணபதைத் தெரிந்து கொள்ளலாம்.

2. சென்செக்ஸ் ஃபியூச்சர்ஸ்

சென்செக்ஸ் (மும்பை பங்குச்சந்தை குறியீட்டு எண்) ஃபியூச்சர்ஸ் இந்தியாவில், BSE-யில் மட்டும்தான் வாங்க, விற்க முடியும் என்பதில்லை. US-ல் உள்ள சிக்காகோ நகர, யு.எஸ். ஃபியூச்சர்ஸ் எக்ஸ்சேஞ்ச் (USFE)-லும் வாங்கலாம், விற்கலாம். இதற்கான ஏற்பாடுகள் முடிந்து பிப்ரவரி 2008 முதல் வர்த்தகம் தொடங்குகிறது. ஒவ்வொரு நாளும் 23 மணி நேரம் வர்த்தகம் நடக்குமிடம் USFE.

3. ரோல் ஓவர்

பங்குச்சந்தை தொடர்ந்து நன்றாகத்தான் இருக்கும் என்று நம்புபவர்கள் என்ன செய்வார்கள்? தாங்கள் ஃபியூச்சர்ஸில் வாங்கிய லாட்டுகளை, நேர் செய்யாமல் (Square off), அடுத்த அடுத்த மாதங்களுக்கு நகர்த்திச் செல்வார்கள். இதனைத்தான் 'ரோல் ஓவர்' என்கிறார்கள்.

ஜனவரி 2008 காண்ட்ராக்டில் வாங்கியதை அந்தக் கடைசி வியாழனுக்குள் விற்று, உடனே பிப்ரவரி 2008 அல்லது மார்ச் 2008 காண்ட்ராக்டுகளில் வாங்கிவிடுவார்கள். இப்படியாக செப் டெம்பர் 2007-ல் இருந்து அக்டோபர் 2007-க்கு நகர்த்திய காண்ட்ராக்டுகள் 77%. மிக அதிக சதவிகித அளவுகளில் ரோல் ஓவர் செய்யப்பட்ட சில தனிப் பங்குகள், GTL 90 %, ரிலையன்ஸ் பெட்ரோலியம் 85%, ரிலையன்ஸ் எனர்ஜி 83%, எஸ்.பி.ஐ. 81%, ரிலையன்ஸ் நேச்சுரல் ரிசோர்ஸ் 80%.

4. பார்வேர்ட்ஸ் (Forwards)

பார்வேர்ட்ஸ் என்பது ஃபியூச்சர்ஸ் போன்றதேதான். ஆனால் சில வித்தியாசங்கள் உண்டு. இரண்டு நபர்களுக்கு பதிலாக, இரண்டு Entities (நிறுவனங்கள், அமைப்புகள்) செய்து கொள்ளும் வருங்கால ஒப்பந்தம். பங்குச்சந்தை சொல்வது போல, மார்க் கெட் லாட், மார்ஜின், எக்ஸ்பயரி டேட் (முடிவுறும் தேதி) எல்லாம் ஒரே போல வரையறுக்கப்பட்டதல்ல. ஒப்பந்தம் செய்து கொள்பவர்கள், அவர்கள் விருப்பப்படி (customised) செய்து கொள்ளலாம். ஆனால், முன்கூட்டி முடிவு செய்யப்பட்ட தேதிதான், முன்கூட்டியே முடிவு செய்யப்படும் விலைதான்.

அதில் மாற்றம் இல்லை.

5. ஸ்வாப்ஸ் (Swaps)

ஸ்வாப்ஸ் என்பவை இரண்டு தரப்புக்கிடையே செய்யப்படும் தனிப்பட்ட ஒப்பந்தங்கள். பணத்தினை எந்த நேரம் எந்த அளவுகளில் கொடுப்பது, வாங்குவது என்கிற ஏற்பாடு குறித்த ஒப்பந்தம். ஸ்வாப்ஸ் இரண்டு வகைப்படும். 1. இண்ட்ரெஸ்ட் ரேட் ஸ்வாப்ஸ். 2 கரன்சி ஸ்வாப்ஸ்.

6. ஸ்வாப்ஷன்ஸ் (Swaptions)

ஒரு ஸ்வாப்பை வாங்குவதற்கு இருக்கும் ஆப்ஷன்தான் ஸ்வாப் ஷன்ஸ்.

7. வாரண்ட்ஸ் (Warrants)

வாரண்ட்ஸ் என்பவை ஆப்ஷன்ஸ் வகையைச் சார்ந்தவை.

'வாங்கிக் கொள்ளலாம். ஆனால், கட்டாயம் இல்லை' என்பது தானே, ஆப்ஷன்ஸின் தனிச்சிறப்பு. அது வாரண்ட்ஸிலும் உண்டு.

வேறுபாடு கால அளவில் உள்ளது. ஒன்று முதல் 12 மாதங்கள் வரை ஆப்ஷன்களுக்கு ஆயுள். அதைவிட அதிகமான காலம் செல்லுபடியாகும் ஆப்ஷன்ஸ்தான் வாரண்ட்ஸ் என்று அழைக்கப்படுகின்றன. வாரண்ட்ஸ் பொதுவாக 'ஓவர் த கவுண்ட்டர்' வர்த்தகம் செய்யப்படுபவை.

8. லீப்ஸ் (Leaps)

'லாங்க் டெர்ம் ஈக்குவிட்டி ஆண்டிசிபேஷன் செக்கிரியூட்டிஸ்' என்பது முதல் எழுத்துக்களின் சுருக்கம்தான் லீப்ஸ். இவையும் ஆப்ஷன்ஸ் வகையைச் சேர்ந்தவைதான். ஆயுள் மூன்று வருடங்கள்.

9. பாஸ்கெட் (Basket)

இன்னொரு வகை ஆப்ஷன். ஈக்குவிட்டி இண்டெக்ஸ் ஆப்ஷன் இந்த வகையைச் சேர்ந்ததுதான்.

பின்னிணைப்பு – 2
மார்க்கெட் லாட்டுகள்

UNDERLYING	SYMBOL	16-Apr
NIFTY BANK	BANKNIFTY	30
NIFTY 50	NIFTY	75
S&P 500	S&P 500	
NIFTY IT	NIFTYIT	45
NIFTY PSE	NIFTYPSE	150
NIFTY INFRASTRUCTURE	NIFTYINFRA	150
NIFTY MIDCAP 50	NIFTYMID50	150
FTSE 100 INDEX	FTSE100	
DOW JONES INDUSTRIAL AVG	DJIA	
INDIA VOLATILITY INDEX	INDIAVIX	650

Derivatives on Individual Securities

UNDERLYING	Symbol	16-Apr
ADITYA BIRLA NUVO LIMITED	ABIRLANUVO	250
ACC LIMITED	ACC	375
AJANTA PHARMA LIMITED	AJANTPHARM	400
AMARA RAJA BATTERIES LTD.	AMARAJABAT	600
APOLLO TYRES LTD	APOLLOTYRE	3000
ARVIND LIMITED	ARVIND	1700
APOLLO HOSPITALS ENTER. L	APOLLOHOSP	400
AUROBINDO PHARMA LTD	AUROPHARMA	700
ASHOK LEYLAND LTD	ASHOKLEY	7000
BAJAJ AUTO LIMITED	BAJAJ-AUTO	200
AXIS BANK LIMITED	AXISBANK	1000
BAJAJ FINANCE LIMITED	BAJFINANCE	125
BANK OF BARODA	BANKBARODA	3100
BHARAT ELECTRONICS LTD	BEL	450
BHARAT FORGE LTD	BHARATFORG	500
BHEL	BHEL	2000
BOSCH LIMITED	BOSCHLTD	25
BANK OF INDIA	BANKINDIA	3000
BEML LIMITED	BEML	500
BIOCON LIMITED.	BIOCON	1100

CADILA HEALTHCARE LIMITED	CADILAHC	1500
CAIRN INDIA LIMITED	CAIRN	3000
ADANI PORT & SEZ LTD	ADANIPORTS	1600
CASTROL INDIA LIMITED	CASTROLIND	1100
COAL INDIA LTD	COALINDIA	1200
COLGATE PALMOLIVE LTD.	COLPAL	500
DEWAN HOUSING FIN CORP LT	DHFL	2200
ALLAHABAD BANK	ALBK	6000
DISH TV INDIA LTD.	DISHTV	5000
ANDHRA BANK	ANDHRABANK	8000
EXIDE INDUSTRIES LTD	EXIDEIND	3400
GAIL (INDIA) LTD	GAIL	1400
ASIAN PAINTS LIMITED	ASIANPAINT	600
GODREJ INDUSTRIES LTD	GODREJIND	1300
GRANULES INDIA LIMITED	GRANULES	5000
HCL TECHNOLOGIES LTD	HCLTECH	600
HDFC LTD	HDFC	400
HDFC BANK LTD	HDFCBANK	500
HERO MOTOCORP LIMITED	HEROMOTOCO	200
HINDALCO INDUSTRIES LTD	HINDALCO	5000
HINDUSTAN PETROLEUM CORP	HINDPETRO	600
BHARAT PETROLEUM CORP LT	BPCL	600
INDIABULLS REAL EST. LTD	IBREALEST	9000
INDIABULLS HSG FIN LTD	IBULHSGFIN	800
IDBI BANK LIMITED	IDBI	8000
INDRAPRASTHA GAS LTD	IGL	1100
INDUSIND BANK LIMITED	INDUSINDBK	600
ITC LTD	ITC	1600
JSW STEEL LIMITED	JSWSTEEL	600
KOTAK MAHINDRA BANK LTD	KOTAKBANK	700
BHARTI AIRTEL LIMITED	BHARTIARTL	1200
BRITANNIA INDUSTRIES LTD	BRITANNIA	200
CANARA BANK	CANBK	2000
CEAT LIMITED	CEATLTD	700
CENTURY TEXTILES LTD	CENTURYTEX	800
KPIT TECHNOLOGIES LTD	KPIT	4000
CESC LTD	CESC	1000
CIPLA LTD	CIPLA	800
LIC HOUSING FINANCE LTD	LICHSGFIN	1100
DABUR INDIA LTD	DABUR	2000
LARSEN & TOUBRO LTD.	LT	300
MAHINDRA & MAHINDRA LTD	M&M	400
DIVI'S LABORATORIES LTD	DIVISLAB	600
UNITED SPIRITS LIMITED	MCDOWELL-N	250
DR. REDDY'S LABORATORIES	DRREDDY	150
EICHER MOTORS LTD	EICHERMOT	25
MCLEOD RUSSEL INDIA LTD.	MCLEODRUSS	2200
MOTHERSON SUMI SYSTEMS LT	MOTHERSUMI	1500
MRF LTD	MRF	15
FEDERAL BANK LTD	FEDERALBNK	8000
GLENMARK PHARMACEUTICALS	GLENMARK	500

NCC LIMITED	NCC	8000
NTPC LTD	NTPC	4000
ORACLE FIN SERV SOFT LTD.	OFSS	150
GODREJ CONSUMER PRODUCTS	GODREJCP	400
GRASIM INDUSTRIES LTD	GRASIM	150
PC JEWELLER LTD	PCJEWELLER	1300
HOUSING DEV & INFRA LTD	HDIL	6000
HEXAWARE TECHNOLOGIES LTD	HEXAWARE	2000
HINDUSTAN UNILEVER LTD.	HINDUNILVR	600
HINDUSTAN ZINC LIMITED	HINDZINC	3200
ICICI BANK LTD.	ICICIBANK	1700
PIDILITE INDUSTRIES LTD	PIDILITIND	1000
RELIANCE COMMUNICATIONS L	RCOM	8000
RELIANCE CAPITAL LTD	RELCAPITAL	1500
RELIANCE INDUSTRIES LTD	RELIANCE	500
RELIANCE POWER LTD.	RPOWER	12000
THE INDIA CEMENTS LIMITED	INDIACEM	6000
STATE BANK OF INDIA	SBIN	2000
SKS MICROFINANCE LTD	SKSMICRO	1000
STRIDES SHASUN LIMITED	STAR	400
SYNDICATE BANK	SYNDIBANK	5000
INFOSYS LIMITED	INFY	500
TATA ELXSI LIMITED	TATAELXSI	300
TITAN COMPANY LIMITED	TITAN	1500
TVS MOTOR COMPANY LTD	TVSMOTOR	2000
ULTRATECH CEMENT LIMITED	ULTRACEMCO	200
IRB INFRA DEV LTD.	IRB	2100
UNION BANK OF INDIA	UNIONBANK	3000
VOLTAS LTD	VOLTAS	1600
CROMPTON GREAVES LTD	CROMPGREAV	3000
CUMMINS INDIA LTD	CUMMINSIND	600
JET AIRWAYS (INDIA) LTD.	JETAIRWAYS	900
JAIN IRRIGATION SYSTEMS	JISLJALEQS	8000
JSW ENERGY LIMITED	JSWENERGY	6000
DLF LIMITED	DLF	5000
HAVELLS INDIA LIMITED	HAVELLS	2000
INDO COUNT INDUSTRIES LTD	ICIL	500
IDEA CELLULAR LIMITED	IDEA	3000
BHARTI INFRATEL LTD.	INFRATEL	1300
INDIAN OVERSEAS BANK	IOB	14000
JUSTDIAL LTD.	JUSTDIAL	500
M&M FIN. SERVICES LTD	M&MFIN	2000
MARICO LIMITED	MARICO	2600
MINDTREE LIMITED	MINDTREE	800
INDIAN OIL CORP LTD	IOC	1200
JINDAL STEEL & POWER LTD	JINDALSTEL	7000
JUBILANT FOODWORKS LTD	JUBLFOOD	300
NMDC LTD.	NMDC	5000
KAVERI SEED CO. LTD.	KSCL	750
KARNATAKA BANK LIMITED	KTKBANK	4000
OIL AND NATURAL GAS CORP.	ONGC	2000

PAGE INDUSTRIES LTD	PAGEIND	50
LUPIN LIMITED	LUPIN	300
MARUTI SUZUKI INDIA LTD.	MARUTI	125
POWER FIN CORP LTD.	PFC	2000
OIL INDIA LTD	OIL	1200
POWER GRID CORP. LTD.	POWERGRID	4000
PTC INDIA LIMITED	PTC	8000
RURAL ELEC CORP. LTD.	RECLTD	2000
RELIANCE INFRASTRUCTU LTD	RELINFRA	1300
SIEMENS LTD	SIEMENS	400
SHRIRAM TRANSPORT FIN CO.	SRTRANSFIN	600
ORIENTAL BANK OF COMMERCE	ORIENTBANK	3000
SUN PHARMACEUTICALS IND.	SUNPHARMA	600
SUN TV NETWORK LIMITED	SUNTV	2000
TATA GLOBAL BEVERAGES LTD	TATAGLOBAL	4000
TATA MOTORS LIMITED	TATAMOTORS	1500
TATA CONSULTANCY SERV LT	TCS	200
TV18 BROADCAST LIMITED	TV18BRDCST	17000
UPL LIMITED	UPL	1000
PUNJAB NATIONAL BANK	PNB	4000
VEDANTA LIMITED	VEDL	4000
WIPRO LTD	WIPRO	1000
YES BANK LIMITED	YESBANK	700
ZEE ENTERTAINMENT ENT LTD	ZEEL	1300
ADANI ENTERPRISES LIMITED	ADANIENT	6000
WOCKHARDT LIMITED	WOCKPHARMA	375
AMBUJA CEMENTS LTD	AMBUJACEM	2100
BATA INDIA LTD	BATAINDIA	1000
ENGINEERS INDIA LTD	ENGINERSIN	2200
TECH MAHINDRA LIMITED	TECHM	1000
CONTAINER CORP OF IND LTD	CONCOR	400
GMR INFRASTRUCTURE LTD.	GMRINFRA	39000
IFCI LTD	IFCI	20000
IDFC LIMITED	IDFC	3300
L&T FINANCE HOLDINGS LTD	L&TFH	8000
PETRONET LNG LIMITED	PETRONET	3000
TATA COMMUNICATIONS LTD	TATACOMM	1100
TATA POWER CO LTD	TATAPOWER	8000
TORRENT PHARMACEUTICALS L	TORNTPHARM	400
TATA CHEMICALS LTD	TATACHEM	1100
TATA MOTORS DVR 'A' ORD	TATAMTRDVR	2100
SRF LTD	SRF	400
UCO BANK	UCOBANK	10000
TATA STEEL LIMITED	TATASTEEL	2000
ADANI POWER LTD	ADANIPOWER	20000
STEEL AUTHORITY OF INDIA	SAIL	9000
THE SOUTH INDIAN BANK LTD	SOUTHBANK	22000
UNITED BREWERIES LTD	UBL	500
NHPC LTD	NHPC	27000
JAIPRAKASH ASSOCIATES LTD	JPASSOCIAT	48000
UNITECH LTD	UNITECH	77000

சோமவள்ளியப்பன் எழுதிய
பங்குச்சந்தை புத்தகம்
ஆங்கிலத்தில்